వీరభద్ర విజయము

బమ్మెర పోతన

విషయసూచిక

ప్రథమాశ్వాసము	3
ద్వితీయాశ్వాసము	57
తృతీయాశ్వాసము	129
చతుర్థాశ్వాసము	187

2

వీరభద్ర విజయము

ప్రథమాశ్వాసము

దేవతా ప్రార్థన

1-మ.లలితంపు భూతియును శేష విభూషణమున్ శిరంబు పై
వేలుపు టేరు పాపటను వెన్నెల పాపఁడు మేన గొండరా
చూలియుఁ గేల ముమ్మొనల శూలము నీలగళంబు గల్గు నా
వేలుపు శ్రీమహానగము వేలుపు మాకు ప్రసన్నుఁ డయ్యెడున్. 1

2-చ.సిరియును, వాణి, గౌరి యను జెన్నగు కన్యకు మేను, వాక్కుఁ, బె
న్నురమును నుంకువిచ్చి ముదమొప్ప వరించి జగంబు లన్నియుం
దిరములు సేయఁ, బ్రోవఁ, దుది దీర్పఁగఁ ద్రష్ట యుగేక్షణుండునై
హరి, విధి, శంభుమూర్తి యగునాధ్యుడు మాకుఁబ్రసన్నుఁడయ్యెడున్.2

అని నిఖిలదేవతా ప్రార్థనంబుఁ జేసి. 3

4-సీ.భవభక్తు లగువారిఁ బాటించి చూచుచోఁ: జల్లని సంపూర్ణచంద్రుఁ డనఁగ;
శరణార్థు లగువారిఁ జాల రక్షించుచోఁ: సలలితవజ్రపంజర మనఁగ;
బలుశివద్రోహుల భస్మీకరించుచోఁ: నద్భుత ప్రళయకాలాగ్ని యనఁగ;
బ్రహ్మాండముల నంటఁబట్టి ధట్టించుచోఁ: నడరి విజృంభించు హరుఁ డనఁగ;

ఆ. వెలయునట్టి దేవు వీరభద్రేశ్వరు;

నఖిల దేవ గర్వ హరణ శూరు

నాత్మఁ దలఁచి మ్రొక్కి యద్దేవు కరుణ నా

మనములోన నమ్మి మహిమతోడ. 4

5-చ.కరతల మల్లఁ జూచి పులకండము నెయ్యియుఁ బిండి యుండ్రముల్

వొరిఁబొరిఁగళ్ళు సేయుచును బుగ్గలఁ బెట్టుచుఁ బావుకొంచు న

చ్చెరువుగ లీలతో నమిలి చిక్కుచు సొక్కుచు గౌరి ముందఱన్

గురువులువారు ప్రేఁగడుపుఁ గుజ్జుఁడు మాకుఁ బ్రసన్నుఁ డయ్యెడిన్.5

6-సీ.కల్పవల్లియుఁ బోలు కౌఁదీఁగె నునుకాంతి: మెఱుఁగుఁదీగెలతోడ మేలమాడ;

పసిఁడికుండలఁ బోలు పాలిండ్లుకవకట్టు: చక్రవాకములతో సాటిసేయ;

గండుమీనులను బోలు కన్నుల చెలువంబు: నీలోత్పలంబుల గేలిసేయ;

నిండుచందురుఁ బోలు నెమ్మోము దీధితి: కమలపత్రంబుల కాంతి నవ్వ;

ఆ. మొనసి నిఖిలభువనమోహనలక్ష్మియై

పరఁగుచున్న పద్మపాణి వాణి

నన్ను నమ్మినారు నావారు వీ రని

వాకు లిచ్చుగాత మాకు నెపుడు.6

7-వ.అని యిష్టదేవతాప్రార్థనంబు సేసి.7

పీఠిక

8-క.శ్రీ రామాయణకథ భువి
వారక నిర్మించినట్టి వాల్మీకి మన
స్ఫారుఁ బరాశరనందను
శ్రీరమ్యుని వాయ కెపుడుఁ జింతింతు మదిన్.8

9-సీ.బాణు నంచిత శబ్దపారీణు, నసమాన: కవితాగుణావాసుఁ గాళిదాసు,
మాఘు వాక్యామోఘు, మణిభద్రు శివభద్రు,: రమణీయతరకవిరాజు భోజుఁ,
బ్రకటితవిమల ప్రభారవి భారవి,: నున్నతగుణధుర్యు నన్నపార్యు,
సేవితకవిరాజి శ్రీసోమయాజిని,: శృంగారకవినాథు రంగనాథు,

తే. నవని రెండవ శారదయై వెలుంగు
వైభవోద్దాము వేములవాడ భీము
నాదిగాఁ గల కవులను నధికభక్తిఁ
దలఁచి వర్ణించి తత్ప్రసాదంబు వడసి.9

10-క.భవిఁ జూడక భవిడాయకభవుపదములు గొల్చి ఘోరభవభంజనులై
భవదూరులైన పుణ్యుల
భవు నర్చన చేసి వరము వడసిన వారిన్.10

11-సీ.శిరియాలుఁ గరికాలుఁ జేరమునుద్భటు: బాణుఁ గేశవరాజు బసవరాజుఁ
గన్నప్ప జన్నయ్య కరయూరచోడయ్య: కుమారగుండయ్య నెమ్మినాథుఁ
బండితారాధ్యుని భల్లాణునమినంది: మాహేశునుడివాలు మాచిరాజుఁ
చేరమరాజయ్య చిరుతొండనోహళి: సాంఖ్యతొండనిసురిచముడ దేవు

ఆ. వెలయ మఱియుఁ గల్గు వీరమాహేశ్వరా
చారపరుల వీరసత్యవ్రతుల
వీరసచ్చరితుల వీరవిక్రములను
బరగ మ్రొక్కి తలఁచి భక్తితోడ.11

12-వ.తత్ప్రసాద కరుణావిశేష ప్రవర్ధమాన కవితామహత్వ సంపన్నుండ నై మదీ
యాంతరంగంబున.12

13-సీ."ఏ పుణ్యకథ చెప్పి ఈ భూమితలములోఁ: బాప సంచయ మెల్లఁ బాయవచ్చు;
నేపుణ్యకథ చెప్పి యితరులు వొగడంగఁ: గోటి పుణ్యంబులు గూర్చవచ్చు;
నేపుణ్యకథ చెప్పి యితరలోకంబులోఁ: బరమ కళ్యాణంబుఁ బడయవచ్చు;
నేపుణ్యకథ చెప్పి యింద్రాది సురలచే: బొలుపార సత్పూజఁ బొందవచ్చు;

ఆ. నెట్టికథ రచించి యెవ్వరు నెఱుగని
యీశు నాదిదేవు నెఱుఁగవచ్చు;
నేమికథ యొనర్చి యిలలోన సత్కీర్తిఁ
దనరవచ్చు నంచుఁ" దలఁచి తలఁచి.13

14-వ.తదీయ విచారచిత్తుండ నై త త్కథారంభం బూహించుచున్న సమయం బున.14

15-సీ.పరమ భద్రాసన ప్రముఖ మార్గంబుల: యోగీంద్రు లితఁ డాదియోగి యనఁగ;
వీరవ్రతంబున వీరమాహేశులు: వీరమాహేశ్వరవిభుఁ డనంగ;

సంతతానుష్ఠాన సత్కర్మ నిరతిమై: బ్రాహ్మణు ఉత్తమ బ్రాహ్మణుఁ డన;

వేదాంతసిద్ధాంతవిమలుఁడై చెలఁగుచో: జను లెల్ల ధర్మశాసనుఁ డనంగ

ఆ. వెలయు శంభుమూర్తి వీరమాహేశ్వరా

చారవిభుఁడు భక్తిసాగరుండు

యనఘుఁ డివ్వటూరి యారాధ్యచంద్రుండు

సోమనాథసముఁడు సోమగురుఁడు.15

16-మ.సరసుల్ పెద్దలు నీతిమంతులు కవుల్ జాణల్ బుధుల్ బంధువుల్

దొరలుం జాలఁ బురోహితుల్ హితులు మంత్రు ల్గాయకుల్ పాఠకుల్

సర్వవేదుల్ భరతజ్ఞ లాశ్రితులు దైవజ్ఞల్ పురాణజ్ఞలున్

నరనాథుల్ శివభక్తులు న్నిరుపమానందాత్ములై కొల్వఁగన్.16

17-వ.ఒక్కనాఁ డసమానమానసుం డై యగమ్య రత్నాంచిత మగు వేదికా తలంబున సమున్నత కనకాసనంబున సుఖం బుండి శైవపురాణ ప్రసంగాంతరంగుం డై నన్ను రావించిన.17

18-ఆ.భయము సంభ్రమంబు భక్తియుఁ గదురంగ

నతని పాదయుగము నల్లఁ జేరి

పాణియుగము ఫాలభాగంబుఁ గదియించి

ముదముతోడ నేను మ్రొక్కియున్న.18

19-వ.అ య్యవసరంబున సోమశేఖరుం డి ట్లనియె.19

20-సీ."సమయంబు లాఱును చర్చించి చర్చించి: చదువులు నాల్గును చదివి చదివి;
బహుపురాణంబులు భాషించి భాషించి: యితిహాసముల నెల్ల నెఱిఁగి యెఱిఁగి;
కావ్యంబు లెన్నేని ఘర్షించి ఘర్షించి: యఖిలవిద్యలు నాత్మ నరసి యరసి;
ఘనులతో సద్గోష్ఠిఁ గావించి కావించి: సకలకృత్యంబులు జరిపి జరిపి;

ఆ. యున్న నిప్పుడు మా కెల్ల నూహలోన
వింతపండువు బోలెను వీరభద్ర
విజయ మెల్లను వినఁ గడువేడ్క యయ్యె
నది దెలుంగున రచియింపు మభిమతముగ.20

21-ఆ.పిన్నవాఁడ ననియుఁ బెక్కు సంస్కృతులను
వినని వాఁడ ననియు వెఱపు మాను
మత్ప్రసాద దివ్యమహిమచే నెంతైన
కవిత చెప్ప లావు గలదు నీకు.21

22-వ.అదియునుం గాక. నీకు వీరభద్రేశ్వరప్రసాదంబుఁ గలదు. కావున వాయుపురాణ సారం బగు నీ కథావృత్తాంతం బంతయు దెలుంగున రచియింపు" మని యానతిచ్చిన మద్గురుని మధురవాక్యంబులకు నత్యంతానురాగ సంతుష్టుండనై తదీ యానుమతంబున మదీయ వంశావళి వర్ణనం బొనరించెద.22

కవివంశాభివర్ణన

23-క.వేమరు జగములు సేయఁగ
ధీమతిఁ బరమేశు నానతిని దక్షుం డై
శ్రీమాధవుపొక్కిటఁ గల
తామర నొక నలుమొగాల ధాత జనించెన్.23

24-క.విదితముగ నతని మొగములఁ
జదువులు నాల్గును జనించె సరసతగాన
చ్చదువులు నాతని సృష్టికి
సదమలుఁడు వసిష్ఠతపసి జననం బయ్యెన్.24

25-వ.అట్టి వసిష్ఠపుత్రుం డగు కౌండిన్యుండు.25

26-మ.ధనదుం డాయతపుణ్యమూర్తి మునిమందారుండు సన్న్యాస్యుఁడు
న్ముని నిర్నిద్రదయాత్ముఁడు న్మహితుఁడు న్మార్తాండ తేజుండు భూ
తనయాధీశ్వరవర్ణనీయుఁడు తపోగణ్యుండు నైనట్టి కౌం
డినకుం డ న్ముని సన్మునీంద్రపరుఁడై యి ధాత్రిఁ గీర్తింపఁగన్.26

27-వ.అట్టి కౌండిన్య గోత్రంబునం దాపస్తంబసూత్రంబున.27

28-ఉ.మల్లయభీమనాహ్వయకుమారకుఁ డన్నయమంత్రికిన్ దయా
వెల్లికి గౌరమాంబ కరవిందదళేక్షణుఁ డై జనించి వ
ర్ధిల్ల వెలుంగు సజ్జనవిధేయుఁడు సోమననామధేయుఁ డా

మల్లమ యందుఁ గాంచె సుకుమారుల ధీరుల సత్కుమారులన్.28

29-ఉ.నీతి యుగంధరుం డనఁగ నిర్మలుఁడై ఘన నాగరీకుఁడై
యాతత కీర్తి రేచనయు నన్నయమంత్రియు సర్వశైవలో
కాతురహారుఁ డెల్లనయు నయ్యలు ప్రగ్గడయున్ దయాగుణ
వ్రాతవిభూషణుండు జనవంద్యుఁడు మాచయ నాఁగ నున్నతిన్.29

30-క.అందుల మధ్యముఁ డెల్లన
మందరధీరుండు నీతిమంతుఁడు వనితా
కందర్పుఁడు మాచాంబికనందంబుగఁ బెండ్లియాడె నభినవ కీర్తిన్.30

31-ఉ.మానిని మాచమాంబకుఁ గుమారుఁడు యెల్లనకుం బ్రసిద్ధిగా
మానుగ నుద్భవించిరి కుమారులు కేసనయుం గుణావళి
న్మానితుఁ డైన మాధవుఁడు మాన్యుఁడు నిమ్మడి నాఁగ ముువ్వురున్
భూనుతు లైరి తేజమునఁ బోలిరి ధర్మజ భీమ పార్థులన్.31

32-ఉ.ఇమ్ముల నర్థి కోటి ధన మిమ్మని పల్కిన పల్కుకంటెఁ దా
నిమ్మడి నిచ్చు నిచ్చు మది నిమ్మడి పుణ్యముఁ బొందుభాతి లో
కమ్ములఁ గీర్తిఁ జెంద గణకవ్రజమాన్యుఁడు మానికంబు మా
యిమ్మడి సర్వమార్గమ్ముల నిమ్మడి గాక తలఁప నల్పమే.32

33-క.సాధుగుణాఢ్యుఁడు కేసన
మాధవనందనుఁడు రూపమహిత విభూతిన్
మాధవతల్పము దక్షత

మాధవుఁ డనుకంపవృత్తి మాధవుఁ డయ్యెన్.33

34-ఉ.భూసురవంద్యునిన్ సుగుణభూషణు నాశ్రితకల్పవృక్షమున్
దాసజన ప్రపన్ను శివతత్త్వమనోరథకౌతుకోన్నతున్
కేసనమంత్రి సత్యనిధిఁ గీర్తివిశాలుఁ జిరాయు రున్నతున్
జేసి యుమామహేశ్వరులు చెన్నుఁగఁ గాతురుగాక సత్కృపన్.34

35-క.మంచిగుణంబుల నీతఁడు
మంచిగదా మంచిపేరు మహిఁ దగు ననఁగా
నంచిత వితరణఖనియై
మించిన తేజమ్ముతోడ మెఱసె ధరిత్రిన్.35

36-ఉ.అట్టి ఘనుండు మంచికి దయాగుణధీమణి మాచమాంబకుం
బుట్టిన లక్ష్మికన్య యనఁ బొల్పగు గోపన కూర్మి చెల్లెలిన్
నెట్టనఁ బెండ్లియాడె మహనీయుఁడు కేసనమంత్రి శ్రీసతిన్
దట్టపు పేడ్కఁ గేశవుఁడు దాను వరించిన భంగిఁ బొంగుచున్.36

37-ఉ.పావనగంగ భోగశచి భాగ్యపుగౌరి గభీరభూమి సం
భావనకుంతి రూపగుణభారతి సంపదమహాలక్ష్మిదేవి సం
సేవితసంజ్ఞ నిశ్చలవిశేష యరుంధతి యైన లక్ష్మి దాఁ
గేవలకన్యయే తలఁపఁ గీర్తనసేయఁదగున్ ధరాస్థలిన్.37

38-క.ఆ దంపతులకు సంతత
మోదిత చిత్తులకు మిథునముఖ్యులకు దయా

పాదితగుణులకు శంకర

పాదయుగాంభోజ పారీణులకున్.38

39-శా.సారాచారుఁడు కాంతివైభవగతిన్ సంపూర్ణచంద్రుండు భూ

దారాహీంద్రసమానదక్షుఁడు సదాధర్మాకరుం డర్థి మం

దారుం డంచితరూపరేఖలను గందర్పుండు భూయోయశ

శ్రీరమ్యుం డగు తిప్పనార్యుఁడు జనించెన్ వంశవర్ధిష్ణుఁ డై.39

40-వ. త దనుజుండ నై యేను జన్మించి పోతయ నామధేయుండ నై పరఁగి జనకశిక్షిత

విహితాక్షరాస్యుండ నై వీరభద్రప్రసాద లబ్ధ కవితాతిశయం బున.40

41-ఉ.భాగవత ప్రబంధ మతిభాసురతన్ రచియించి దక్షదు

ర్యాగకథాప్రసంగమున నల్పవచస్కుఁడ నైతి త న్నిమి

త్తాగతవక్త్రదోష పరిహారముకై యజనైకశైవశా

స్త్రాగమ వీరభద్రవిజయంబు రచించెద పేడ్కనామదిన్.41

షష్ఠ్యంతములు

42-వ. కరుణాంచితగుణమణికిని సురుచిరబాలేందుబింబచూడామణికిన్

వరదైవశిఖామణికిని జిరతరధీమణికి భక్తచింతామణికిన్.42

43-క.హాలాహలభక్షునకును

శైలాదిప్రముఖదేవజనరక్షునకున్

ఫాలానలచక్షునకున్

శ్రీలలితవిచక్షుణుకును జితదక్షునకున్.43

44-క.ముకుళితకరసురపతికిని

సకలబ్రహ్మాండభాండచయమాయానా

టకతంత్రసూత్రధారికిఁ

బ్రకటితవిస్ఫారమతికిఁ బార్వతీపతికిన్.44

కథాప్రారంభము

45-వ.మత్సమర్పితం బగు వితతవిస్ఫురిత వీరభద్రవిజయాంచిత కథా ప్రసంగ ప్రారంభం బెట్టి దనిన; మహిత మాతులుంగ మందార చందన సాల భల్లతకీ ప్రముఖరాజిత కుంభినీ విరాజితంబును; కురువింద కుందమ హిమ్లాత మధుక శతపత్ర కమల కల్హార కరవీర మల్లి కాది వల్లీ సంఫుల్ల పుష్పవల్లీ లలిత పరిమళ సుగంధబంధుర దిగంతరాళంబును; నిజ విరోధంబుఁ దొరంగినగతి వసియించు చంచరీక శారికా కీరనాకీల చక్రవాక నీలకంఠ కనకనయన కంక నాళలింగ క్రౌంచ కారంభ కారండ కానకపోత పారావత శకుని భరద్వాజ చకోర లావుక జీవంజీవవాయ సారాతి కోయష్టిక డిండిభసార సశాతఖండ నారంగత్పదారంగ గణనాద ప్రమోదితంబును; మండిత గడభేరుండ వేదండ కంఠీరవ శరభ శార్దూల శంబర జంబూక గవయ వరారోహ ప్లవంగ శల్య సారంగ చమరీమృగ గోకర్ణ వృకాది మహామృగ మందిరంబును; దందశూక గాధేయ మార్జాల మూషక నివాసంబును; సకల పుణ్య తరంగిణీ మంగళ సంగమంబును; వినిర్మల సరోవర విలసితంబును; అనుపమ మునినాద నిరంతర బహుళ పాఠ నిఖిల నిగమ కలకలారావ ఘటిత గగన తలంబును; ధర్మ తపోధన ధాన్య దాన తాపసోత్తమ సంతత సంతుష్ట హోమ ధూమ సమ్మిళిత బృందారకాలోకనంబును; సర్వభువన మహారణ్యరత్నంబును; సకల మునిజనస్తోత్ర పాత్రంబును నగు నైమిశారణ్యపుణ్యక్షేత్రంబు నందు.45

46-చ.పెనుపగు దీర్ఘసత్ర మను పేరిట యాగము జేసి పుణ్యులై
మును లొక కొంద ఱుత్తములు మోదముతో సుఖగోష్ఠి నుండ న
య్యనిలుఁడు వచ్చి శైవకథ లన్నియు నిచ్చలుఁ జెప్పుచుండఁగా
దనరుచు నొక్కనాఁ డచటి తాపసు లెల్లను వాయుదేవుతోన్.46

47-ఉ."శైవకథా ప్రసంగములు శైవజనంబుల దివ్యకీర్తనల్
శైవపురాణసారములు శైవరహస్యములున్ మహోయశ
శ్శ్రీవర! నీకు మానసము సిద్ధము నీ వెఱుగంగరాని యా
శైవము లేదు రూపమును సారము నీకు ముఖస్థ మారయన్.47

48-చ.శివకథ లెల్ల వేదములచేత నెఱింగిన మేటి వీవ యో
పవనసురా! సురేంద్రనుత! భాసురపుణ్య! సురాగ్రగణ్య! యా
యరవిళ వీరభద్రవిజయాకర సారసుధారసంబు మా
చెవులకు మన్మనోరథము చెల్వముగాఁ జిలికింపవే దయన్"48

49-వ.అని మఱియు బహుప్రకారంబుల నమ్మహామునులు సంస్తుతింప న
వ్వాయుదేవుం డగణిత సంతోషమానసుం డై యిట్లనియె.49

50-సీ."దేవాదిదేవుని తెఱఁగిట్టి దందమాః తెఱఁగు లెల్లన బుట్టు తెఱఁగు దాన;
మదనమదారాతిఁ జదివెద మందమాః చదువుల కెల్లను మొదలు దాన;
బ్రహ్మాదివంద్యుని బరికింత మందమాః బ్రహ్మాదులకు నైన బ్రహ్మ దాన;
దేవతారాధ్యుని దెలిసెద మందమాః తెలిసిన మీఁదటిధృతియుఁ దాన;

తే. యెంత యనఁగ నేర్తు నేమని వర్ణింతు
నేది యాది యంత్య మేది యరయ
సకలమునకు నతని సంతతానందంబు
నెఱిఁగి కొలఁదిసేయ నెట్లువచ్చు?50

51-వ.ఐనను నానేర్చువిధంబున మీ యడిగిన యర్థంబు సవిస్తరంబుగా వినిపింతు" నని య మ్మహామునులకు వాయుదేవుం డి ట్లనియె.51

52-ఉ."తొల్లి యుగాదు లందు భవదూరుండు చంద్రభూషణుం డుమా
వల్లభుఁ డాదినాయకుఁడు వాసవవంద్యుఁడు వెండికొండపై
నెల్లఁ గణంబులున్ గొలువ నేర్పునఁ బర్వతరాజపుత్రితో
సల్లలితాత్ముఁ డై సకలసంపదలం గొలువుండె నొంపుతోన్.52

53-వ.ఇట్లు పరమేశ్వరుండు రజతధరణీధరశిఖరంబున నగణ్యరమ్యతర రత్నసింహాసనం బునం గొలు వున్న సమయంబున.53

54-క.హరునకుఁ దమ పనులన్నియు
వరుస న్విన్నపము సేయవలె నని దేవా
సుర ముని గంధార్వాధిపు
లరయఁగఁ గైలాసమునకు నరిగిరి ప్రీతిన్.54

55-క.చదువులు పెక్కులు గల వా

చదువులకును మొదలు నాల్గుచదువులు

గల వా చదువులకు మొదలుగలిగిన

చదువులు గల శంభుఁ గొలువఁ జదువులు వచ్చెన్.55

56-ఉ.పన్నగవైరి నెక్కి యిరుపక్కియల న్మును లర్థిఁ గొల్వఁగా

సన్నుతి నారదాది యతి సంఘము సేయగ నభ్రవీధి పై

నున్నతమై మణు ల్వెలుఁగ నూర్జితకీర్తి రమావిభుండు దాఁ

పన్నగ కంకణుం గొలువ భాసురుఁ డై చనుదెంచె నెమ్మితోన్.56

57-ఉ.తార తుషార హార హిమధామ సితాంబుజ శారదాభ్రమం

దార నిభోజ్జ్వలం బగుచుఁ దద్దయు వేగ మరాళవాహుఁడై

భూరిగుణాకరుం డమృతభుక్పతివంద్యుఁడు ధాత వచ్చె వి

స్ఫారుఁడు భారతీవిభుఁడు పార్వతీనాథునిఁ గొల్వ భక్తితోన్.57

58-ఉ.దేవజనాధినాథులును దేవగురుండును సంస్తుతింప నై

రావణదంతి నెక్కి తగు రాజకదంబము చక్రవర్తులున్

వావిరిఁ గొల్వఁగా నిగమవంద్యునిఁ గొల్వ శచీవిభుండు స

ద్భావుఁడు నాకవల్లభుఁడు ధన్యుఁడు వచ్చె నగణ్యపుణ్యుఁ డై.58

59-క.శిఖ లయ్యేడును వెల్గఁగ

సుఖతర మగు నజము నెక్కి శోభిల్లుచుఁ ద

న్నఖిల మునులు నుతి సేయఁగ

నఖిలేశ్వరుఁ గొల్వ వచ్చె ననలుఁడు ప్రీతిన్59

60-క.దండ ప్రచండహస్తులు

మండితగతిఁ దన్నుఁ గొలువ మదమహి షారూ

ఢుండై వచ్చెఁ గృతాంతుఁడు

ఖండితశుండాలదనుజు కడకుం గొలువన్.60

61-క.మిక్కిలి విభవము మెఱయఁగ

గ్రక్కున మానవుని నెక్కి కడు వేడుకతోఁ

జక్కని నైర్రృతి వచ్చెను

చుక్కలరాయనిధరించు సుభగునిఁ గొలువన్.61

62-క.మీనంబు నెక్కి వరుణుఁడు

కానుక లెన్నేని గొనుచుఁ గాంతలు గొలువన్

దా నరుగుదెంచె రాజిత

మీనధ్వజహరుని గొలువ మించిన భక్తిన్.62

63-క.గౌరీనాయకుఁ గొలువగ

సారంగధ్వజుఁడు నగుచు సంభ్రమలీలం

దారాపథమున వచ్చెను

దారాచలశిఖరమునకుఁ దద్దయు వేడ్కన్.63

64-ఉ.మంగళదివ్యసంపదలు మానుగ నన్నియుఁ గొంచు గిన్నరుల్

ముంగలఁ బేర్మితో నడువ మోదముఁ బొంది తురంగవాహుఁ డై

సంగతి సిద్ధులు న్నరులు సంయములుం దను గారవింపఁగా

సంగడికానిఁ గొల్వ నతి సంపద నేఁగెఁ గుబేరుఁ డాఢ్యుఁడై,64

65-క.గణనాథులు కొల్వఁగ గో
గణపతివాహనుఁడు భుజగకంకణుఁ గొలువన్
గణుతింపరాని వేడుకఫణిధరుఁ డీశానుఁ డరిగె భవ్యాత్మకుఁ డై.65

66-వ.ఇ వ్విధంబున.66

67-సీ.పవిశిఖాదండాది పాశ ధనుః ఖడ్గ: శూల చక్ర దండ సుభగు లగుచు;
హంస తార్క్ష్య వృషాది హరి హయ మృగ ఝష: కాషాయవేషిత గమను లగుచు;
సరసిజ కింకరాసురధునీలఘు చిత్త: ఘనభూతి శ్రీరాజిత కలితు లగుచు;
సంవ్యదయోదండమంగమిత్రాభ్రస: త్య ప్రభాభోగనిత్యాత్ము లగుచు;

ఆ. హరిశిఖి యమ దైత్య వరుణ చంద్ర కుబేర
శివ హరి యజు లాదిశివుని గొలువ
నరుగుదెంచి రంత నానంద మైన కై
లాసమునకు శివునివాసమునకు.67

68-వ.ఇ ట్లరుగుదెంచి సకలభువనప్రధానదేవతలును, సప్తలోకపాలురును, సనకసనంద నాది యోగీంద్రులును, సిద్ధ కిన్నర కింపురుష గరుడ గంధర్వ విద్యాధరులును, మార్కండేయ ఘటజ మరీచి గౌతమ కశ్యప వామదే వాత్రి భృగు దధీ చ్యుపమన్యు దుర్వాస నారదాదులగు మహామునులును, ననంత సంతసంబునఁ గలధౌతకుధర శిఖరంబుఁ బ్రవేశించి దేవదేవుని దివ్యాలయంబు డాయం బోయి తదీయ ద్వారంబున నందఱుం బాదచారులై దౌవారికు లగు జయవిజయుల నాలోకించి యి ట్లనిరి.68

69-ఉ."ఎచ్చట నున్నవాఁడు శివుఁ డేమివిధంబున నున్నవాఁడొకో
వచ్చితి మెల్లవారమును వారిజలోచనుఁ డాదిగాఁగ మా
వచ్చినరాక నిన్ గొలువవచ్చినవా రని చంద్రమౌళికిం
జెచ్చెర మీరు విన్నపముచేసి తగన్ మఱుమాట చెప్పుఁడా"69

70-వ.అని పలికిన వారును నగుఁగా కని శంకరు నాస్థానమండపంబు దరియంజొచ్చి య
ద్దేవునకు నమస్కారంబు లాచరించి యి ట్లనిరి.70

71-ఉ."శ్రీవనితావిభుండు, సరసీరుహగర్భుఁడు, నింద్రుఁ డాదిగా
దేవతలు న్మునీంద్రులును దేవరఁ గన్గొన వచ్చినారు దు
ర్గావిభు కిప్పుడే యవసరం" బని శ్రీమొగసాలి నున్న వా
"రేవిధ మింక వారలకు నేర్పడ నానతి యీవె శంకరా"71

72-వ.అనవుఁడు న వ్విన్నపం బవధరించి "వారలం దోడితెం డని యాన తిచ్చిన"
వారును జని దేవతల కి ట్లనిరి.72

73-క."మీరాక విన్నవించిన
గౌరీపతి కొలువులోనఁ గారుణ్యముతో
వారలఁ బు త్తెమ్మనియెను
మీరలు చనుఁ డవసరంబు మే" లని పలుకన్.73

74-క.ముదమున హరియును నజుఁడును
చదువులు మును లాదిగాఁగ సకలజనంబుల్
మదనారిఁ గొలువ వచ్చిరి
పదపడి సంభ్రమము భయము భక్తియుఁ గదురన్.74

75-వ.ఇ వ్విధంబునఁ గొలువుచొచ్చి యమ్మహాదేవునింగాంచి సాష్టాంగదండ ప్రణామంబు లాచరించి నిటలతట సంఘటిత ముకుళిత కర కమలులును, సర్వాంగ పులకాంకితులును నై యి ట్లని స్తుతియింపం దొడంగిరి.75

76-క."జయజయ గౌరీవల్లభ!
జయజయ గంగావతంస! జయ నిస్సంగా!
జయజయ గోపతివాహన!
జయజయ వేదాంతవేద్య! జయ పరమేశా!76

77-క.జయజయ పరమపరాయణ!
జయజయ భవ్యానుభావ! జయ సర్వేశా!
జయజయ త్రిపురాసురహర!
జయజయ లోకాధినాథ! జయ శ్రీకంఠా!"77

78-వ.అని మఱియు ననేకవిధంబుల నుతియించి తత్ప్రసాద కరుణా విశేషంబుల నానందించి యుచితాసనంబుల నుండి; రక్కొలు వగమ్య రమ్య నిఖిల దేవతాజన కిరీట కీలిత దివ్యమణి ప్రభాపటల దేదీప్యమాన తేజోమహిమాభిరామంబును, అగణిత

గణాలంకృతం బును, నసమాన మానితంబును, అనంత వైభవ ప్రమోదితంబును నై యొప్పుచున్న సమయంబున.78

79-మ."హరి! లాభంబె; శిఖీ! సుఖంబె; యమ! నిత్యానందమే; నైరృతీ!
యిరవే; పార్థివ! మేలె; మారుతి! సుఖంబే; కిన్నరాధీశ్వరా!
పరిణామంబె; శివా! శివంబె;, ద్రుహిణా! భద్రంబె; గోవింద! శ్రీ
కరమే;" యంచు దయాళుఁడై యడిగె శ్రీకంఠుండు దేవాదులన్.79

80వ.ఇట్లు పరమేశ్వరుం డడిగిన నందఱు నాలాగునఁ దమతమ పరిణామంబులు విన్నవించి "దేవా భవదీయకరుణావిశేషంబున సర్వ సంపన్నం బై యుండుఁ గావున మాకు నే కార్యంబును నప్రతిహతంబై చెల్లుచుండు" నని పలికి సుఖగోష్ఠి నున్న సమయంబున.80

దక్షుఁడు రజతగిరి కరుగుట

81-క.ఘనుఁ డగు శంభుఁడు గొలు వయి
తనరుట విని మునులు గొలువ దక్షుఁడు వేగన్
జనియె రజతాద్రి శిఖరికిఁ
దనయంతనె యజనాధు దర్శింపంగన్.81

82-క.చని గిరిమందిరు సన్నిధి
వినయంబున నిల్చియున్న వేడుక నతఁడున్
మునులను సంభావించిన

యనువునఁ దనుఁ గారవించె నప్పుడు కరుణన్.82

83-వ.ఇ ట్లఖిల భువనాధీశ్వరుండు గారవించిన.

84-ఉ."అద్దిర శంకరుండు వినయంబున నా కెదు రేగుదెంచి నా
పెద్దతనం బెఱింగి తగఁ బెద్దఱికం బొకయించు కైనఁ దా
గ్రద్దనఁ జేయఁడయ్యె మఱి గౌరియు మన్నన సేయ దయ్యె నీ
పెద్దలు నవ్వ లాతిమునిబృందము చాడ్పునఁ జేసి రిమ్మెయిన్"84

85-క.అని తన పాలిటి కర్మము
పెనఁగొని తనుఁ జుట్టుముట్టి ప్రేరేపంగాఁ
జెనఁటి యగు దక్షుఁ డప్పుడు
మనమున గోపంబు నొంది మలహరు విడిచెన్.85

86-వ.ఇట్లు దేవదేవుని మహత్త్వంబుఁ దెలియక వృథావైరంబున దక్షుం డటువాసి
చనియె, నంత న మ్మహేశ్వరుఁ గొల్వవచ్చిన దేవేంద్రాది బృందారక సంఘంబులు పునః
పునః ప్రణామంబు లాచరించి చనిరి తదనంతరంబ.86

87-క.అక్కడ దక్షుం డరుగుచుఁ
బొక్కుచు స్రుక్కుచును సిగ్గు వొందఁగఁ గోపం
బెక్కువ గా నంతంతటఁ
జిక్కుచుఁ దలపోతఁ నొంది చిత్తము గలఁగన్.87

88-క.“నాకులు వచ్చిన నిచటికి
నాకును రానేల నేఁడు నా కిందులకున్
రాకున్న నేమి కొఱఁ తగుఁ
బ్రాకటముగ ధిక్కరింపఁ బడితిం గాదే.88

89-క.దేవత లందఱుఁ దమ కొకదేవతవలె నంచుఁ దన్ను దేవర యంచున్
వావిరిఁ గొలిచిన నా కీ
దేవర వల దనుచు మాఱు తెచ్చెద” ననుచున్.89

90-ఆ.జాలిఁబడుచు నలఁగి లోలోనఁ గుందుచుఁ
జిన్నవోయి మొగము జేవురింప
నింటి కరిగి యున్న నీక్షించి యి ట్లని
పలికె దక్షుఁ జూచి భార్య ప్రీతి.90

91-క.“మన యల్లుని మన బిడ్డను
గనుగొంటిరె మంగళంబె కరుణ న్వారే
మని మిమ్ము గారవించిరి
వినిపింపుఁడు వీనులలర వినియెద” ననినన్.91

92-వ. దక్షుం డి ట్లనియె.92

93-మత్త.“మాకు మామ గదా యితం డని మన్ననల్ దగఁ జేయఁ డే

లోకనాథుఁడ నంచు గర్వము లోలతం బడి యున్నవాఁ
డీ కతంబుల నేమి చెప్పుదు నింతిరో విను నాకునున్
నీకుఁ గూఁతురు నైన గౌరియు నిక్క మేమియుఁ బల్కదే.93

94-మత్తకాన నింకను దీనికిం బ్రతీకార మే నొనరించెదన్
బూని చేసెద మేటియజ్ఞముఁ బూజ చేసెదఁ గేశవున్
మౌనులున్ వసువుల్ దిగీశులు మర్త్యు లుండఁగ నొప్పుఁగాఁ
మానినీ చనుదెంతు రిచ్చట మాటమాత్రనఁ బిల్చినన్.94

95-మత్త.పిలుతు దివ్యుల నందఱిన్ వెలిబెట్టు దిప్పుడు భర్గునిన్
వెలయ నిశ్చయ మిట్టి దంచును" వేదవేద్యు మహత్త్వమున్
దలఁ పగోచర మైనఁ దొట్టిన దామసంబునఁ బొంగి యా
ఖలుఁడు దక్షుఁడు పాపచక్షుఁడు కర్మదక్షుఁ డదక్షుఁడై.95

దక్షుఁడు దివిజులఁ బిలుచుట

96-క.హరి తపనరాజ కమలజ
హరి శిఖి యమ దనుజ వరుణ వాయు కుబేరే
శ్వర కిన్నర మునివర సుర
గరు డోరగ సిద్ధ సాధ్య ఖచరులఁ బిలిచెన్.96

97-క.పిలిచిన సౌరభములతో
నలరుచుఁ జనుదెంచి వార లప్పుడు దమకున్
వలనగు తావుల నుండిరి

కలకలమై వివిధ నిగమ ఘనరవ మొదవన్.97

98-క.అల్లుండ్రఁ గూఁతు లందఱఁ

బొల్లమితిం బిలిచితెచ్చి పూజనలిడుచున్

కల్లతనంబున దక్షుఁడు

చెల్లింపఁ దొడంగెఁ గ్రతువు శివరహితముగన్.98

99-క.అంతట నారదముని దా

నంతయుఁ గని నవ్వి దేవతారాధ్యుఁడు దా

నెంతయు నిచ్చట లేఁ డని

సంతసమునఁ జనియె రజతశైలముకడకున్.99

నారదుఁడు పార్వతికి దక్షుఁడు యజ్ఞముఁ దెలుపుట

100-క.చని దాక్షాయణిఁ గనుగొని

వినతుండై కేలుమోడ్చి "విన్నప మవధా

రనవరత సురవరార్చిత!

వనజాయతనేత్ర! గంధవారణగమనా!100

101-ఉ.తల్లీ! మీ జనకుండు దక్షుఁడు మదాంధప్రేరితస్వాంతుఁ డై

ఫుల్లాంభోజదళాక్షి తత్త్వముఁ దలంపన్ లేక పెల్పొట్టి శో

భిల్లం దక్కిన భూరిదేవగణమున్ బిల్పించి దుర్యాగముం

జెల్లింపం సమకట్టినాఁ డిదె మిముం జింతింపఁ డింతేనియున్"101

102-వ.అని విన్నవించి.

103-క.“ఇది నారా” కని ముని నా

రదుఁ డరిగిన పిదప గౌరి రాజానన దా

మదనారికి సెల్లప్పుడు

మది దప్పని భార్య గాన మనమునఁ గలఁగెన్.103

104-క.“చదువులు పెక్కులు చదివియు

మదిమదిమయి మండి నేఁడు మలహరు పెలిగా

నిదియేల చేయఁ దొడగెను

మదమున” నని వగచుఁ బదరు మదిలోఁ బెగడున్.104

105-క.“ఏ వినుపింపక ముందఱ

దేవాధీశుండు వినినఁ దెగువన్ గోపం

బేవంక వ్రాలి చొచ్చునొ

యేవిధ మొనరింతు దీని కేమి దలంతున్.105

106-ఉ.చెప్పినఁ దప్పువచ్చునొకొ చెప్పక యున్నను దప్పువచ్చునో

తప్పు దొలంగరానియది దారుణ మెమ్మెయి నాథుచేత నే

యొప్పున నై నుండెదను యొప్పమి నైనను నిర్వహించెదన్

దప్పినఁ బిన్నబుద్ధి యగుఁ దా” ననుచున్ మది నిశ్చయంబుతోన్.106

107-క.వడవడ వడకుచు నుడుగుచు

జిడిముడిమయి నొంది కలఁగి చింతాకుల యై
వెడఁగుఁదనంబున నిలుచుచుఁ
గడువాడినపువ్వు భంగిఁ గాంతి దొఱంగన్.107

108-క.పెదవులు దడపుచుఁ గొంకుచు
నదరుచు బెగడుచును నడుగు లల్లన నిడుచున్
వదనము వంచుచు నడఁగుచుఁ
దుదినాలుక తొట్రుపడఁగఁ దొయ్యలి వగతోన్.108

109-క.చనుదెంచి శంభు కట్టెదు
రన నిలిచి కరంబు నోడ్చి "యవధారు ద్విష
ద్ఘన కుంభిదైత్యవిదళన!
వనజాతభవాండజనకవనజాక్షనుతా!109

110-క.కఱకంఠ! మిమ్ముఁ బిలువకతెఱగించుక లేక మిమ్ముఁ దెలియక దక్షుం
డఱిమఱి యాగము సేయుచు
మెఱయుచు నున్నాఁడు రాజమిహిరాగ్నక్షా!110

111-ఉ.నాథ! శచీమనఃకమలనాథుఁడు కిన్నరనాథుఁడున్ రమా
నాథుఁడు భారతీహృదయనాథుఁడు పంకజనాథుఁడున్ జగ
న్నాథ దురాత్మునోమునకు నందముఁ బొందుచుఁ బోయినారు మా
నాథ సురాదినాథ దిననాథ భుజంగమనాథ వందితా!111

112-క.మఱియును దక్కిన సురలును

గరు డోరగ యక్ష దైత్య గంధర్వాధీ
శ్వరు లెల్లఁ జన్న వారలు
దురితాత్ముని యాగమునకు దురితారాతీ!112

113-క.ఇది తొల్లి లేని చందం
బది యేమో వింత చంద మవధా" రని తాఁ
గదలక కుదురై నిలిచిన
ముదితం గని కరుణ మదిని మునుకొని నిగుడన్.113

114-వ.పరమేశ్వరుం డి ట్లనియె.114

115-చ."చనుపకగంధి! నీ పలుకు సంగతి చాలదు వాఁడు దివ్యులన్
మునులను బిల్చి నోము పెనుమూఢత నోచిననోముఁగాక యో
వనజనిభాననా! యుచిత వాక్యము లే లొకొ నీతు లేలొకో
మనమునఁ బిల్వమి న్మనకు మాన్యత కేమి కొఱంత చండికా!115

116-ఉ.మెచ్చొని మాను లిండ్లకును మే కొని శోభనవేళఁ బిల్వమిన్
బొచ్చెము గల్గుఁ బోఁదగుట పోలదు నల్లుర కె జ్జగంబులం
బొచ్చెము లేదు కన్యలకుఁ బుట్టిన యిండ్లకుఁ బోవ లోకము
న్మెచ్చును బొమ్ము పబ్బముకు మీ తల్లిదండ్రులఁ జూడఁ బైదలీ!"116

117-గీ.అనుచుఁ జంద్రజూటుఁ డానతి యిచ్చిన
శివుఁడు దన్ను పేఱుచేసె ననుచు

ఫాల మందు పాణిపద్మము ల్ధరియించి
వెలది మ్రొక్కి నిలిచె వెలపుతోడ.117

118-మత్త."తల్లి యాదిగఁ దండ్రి యాదిగఁ దాత యాదిగఁ గల్గువా
రెల్ల భంగుల నీవె కాని మహేశ! యన్య మెఱుంగ నే
నుల్ల మందునఁ జిత్తగించితి వొప్పముల్ దగు నయ్య! యా
ప్రల్లదుం డట నాకుఁ దండ్రి భరంబు వల్కితి శంకరా!"118

119-వ.ఇట్లని.119

120-మత్త.శ్రీలలాటము సంఘటించిన చేతులా నవి నాళినీ
లాలకల్మదబృంగముల్ నయనాళికల్వలు జక్కవల్
పాలయిళ్ళు మరాళముల్ నడభక్తి నీరుకడల్ దగన్
గాలిగాఁ గలకంఠి నిల్చెఁ గొలంకు భంగి దలంకుచున్.120

121-వ.అప్పుడు దరహసితవదనుండై య ప్పరమేశ్వరుం డి ట్లనియె.121

122-ఉ."మాటలు వేయు నేమిటికి? మాకడ నీవును నేము నీకడం
బాటలగంధి యుండుదుము; పాలకశబ్దము నర్థ మట్ల నా
మాటలు దాఁటఁగా వలదు; మన్నన నీ చెలు లెల్లఁ గొల్వఁగా
బోటిరొ పొమ్ము; నీ జనకు పొందగు నోమునకుం గుటుంబినీ!"122

దాక్షాయణి దక్షు నింటి కరుగుట

123-చ.అని నియమించి శంభుఁడు గణాధిపులన్ బిలిపించి "దక్షునం
దన తన పుట్టినింటికిని ధన్యత జన్నము జూడఁబోయెడిన్
దినకరమండలప్రభల దివ్యవిమానముఁ దెండు రండు పోం"
డనవుడు వారు దెచ్చి రతి హాటకదివ్యవిమానరాజమున్.123

124-వ.అంత నప్పరమేశ్వరియు నమ్మహాదేవునకు వినయ భృతాంతఃరకణ యై సాష్టాంగ దండప్రణామంబు లాచరించి య మ్మహాదేవు ననేక ప్రకారంబుల నుతియించి య ద్దేవు ననుమతంబున నానాసహస్రకోటి తరణికిరణ ప్రభోజ్జ్వలంబై నభోభాగంబు విడంబించు సువర్ణాంచితం బగు దివ్యవిమానంబుఁ బ్రవేశించి యందు సుందర రత్నాంచితాస నాసీన యై యుండు నవసరంబున.124

125-సీ.వీణియ నీవు దే వీణాసుభాషిణి!: మృగనాభి నీవు దే మృగనిభాక్షి!
రాజహంసికఁ దెమ్ము రాజహంసికయాన!: కీరంబు నీవు దే కీరవాణి!
మణిహారములు దెమ్ము మణిగణాలంకృత!: పువ్వులు నీవు దే పువ్వుఁబోఁడి!
గంధంబు నీవు దే గంధసింధురయాన!: కనకంబు నీవు దే కనకవర్ణ!

ఆ. పొలఁతి యాడు పసిఁడి బొమ్మలు నీవు దే
పసిడిబొమ్మఁబోలుపడఁతి! మఱియు
వలయునట్టి పెక్కు వస్తువులెల్లను
జిక్కకుండఁ దెండు చెలువ లెల్ల125.

126-వ.ఇవ్విధంబున న మ్మహాదేవి చెలికత్తెలు మొత్తంబులై తమలో బహు ప్రకారంబులఁ బను లేర్పఱిచికొని ప్రమథగణసుందరీ సమేతంబుగా గజకర్ణ లంబోదర సూర్యవర్ణ సోమవర్ణ శతమాయ మహామాయ మహేశ మృత్యుహరాదులు మొదలుగాఁ గల మహా ప్రమథగణంబులు గొలువ దివ్యవిమానారూఢయై యుండె నప్పు డ వ్విమానంబు ముదంబున గడపం దొడంగి రంత నదియును మనోవేగంబున దక్షుని యాగమంటపమ్ముఁ గదిసిన న క్కన్యారత్నంబు తన సఖీజనంబులుం దానును గగనగమనంబు డిగ్గి.126

127-చ.సలలిత మై గణోత్తములు ఝుల్లనిపించు పసిండిదండముల్
కలఁగొనఁ బట్టి బిట్టున "త్రిజన్నుతవల్లభ వచ్చె మీ రహో
తలఁగి తొలంగి పాయుఁ" డని తాపసు లాదిగ వేల్పు మూకలన్
జలమమున బాయఁ ద్రోయుచును సందడి వాపి గణాళిఁ గొల్వగన్.127

128-సీ.వేదండగమనలు వింజామరలు వీవ;: పల్లవాంఘ్రులు వేడ్కఁ బలసి నడువ;
లలితరంభోరువు ల్వెలిగొడుగులు పట్ట;: సైకతజఘనలు సన్నుతింప;
హరిరాజసమమధ్య లంకించి పాడంగఁ;: గరికుంభకుచలు మంగళము నుడువ;
కమలబాహులతలు కళ్యాణములువాడ;: రాజనిభాస్యలు రమణఁ గొలువ;

ఆ. లోల మీనభృంగలోచన ధమ్మిల్ల
వతులు గొంద ఱతులగతుల నడువ;
తల్లిదండ్రి చెలుల దర్శింప న మ్మహా
కాళి నడచె యాగశాలకడకు.128

129-వ.ఇట్లు నడచి.129

130-మ.ఘన హేమోన్నత యాగమంటపముపైఁ గళ్యాణి నిల్చుండఁగాఁ
గనియుం గానని యట్ల వోయెఁ దగు సత్కారంబులం దేమిటన్
వనితం దల్పకపోయె తొల్లిటి వృథావైరంబుతో బూజలన్
దనిపెం గూఁతుల నల్లురన్ దివిజులన్ దక్షుండు దక్షాత్ముఁ డై.130

దక్షుఁడు దాక్షాయణిం దిరస్కరించుట

131-ఆ.అట్టివిధము చూచి యాత్మలోఁ గోపంబు
పుట్టుటయును ధీరబుద్ధి నద్రి
కన్యయైన మేటి గావున సైరించి
సామవృత్తి నాదిభామ పలికె.131

132-శా."తండ్రీ! నీ దగు నోము చూడఁ దగమా? తర్కింప నా పిన్న చె
ల్లెండ్రం బిల్చియు నన్ను జీరవు; మదీయాధీశు నీ యున్న య
ల్లుండ్రం బిల్చియుఁ బిల్వరావు; యిలవేల్పుల్ గర్తలే? పూజనల్
వీండ్రం జేసిన నేమి గల్గు? చెపుమా విశ్వేశ్వరుం డుండఁగన్.132

133-శా.దేవేంద్రాది దిగీశ సంఘములకున్ దివ్యప్రభాలక్ష్మ్మి లే
దేవుం డిచ్చెఁ; ధరాధరుం డజరుఁ డే దేవుండు శేషాహి కే
దేవుం డిచ్చెఁ; నగణ్యదక్షత జగద్దేవేశుఁ డెవ్వాఁడు; త
ద్దేవుం డిచ్చకు నేఁడు రావలవదే? ధీయుక్తిఁ జింతింపుమా.133

134-క.ఏ దేవు కతన విష్ణుం
డే దేవుని కతన బ్రహ్మ యీడేరిరి; తా
మే దేవుఁ గూర్చి బ్రతికిరి;
యా దేవుఁడు రాక వీరి కరుగం దగవే?"134

135-క.అనవుడు దక్షుం డదరుచుఁ
గనలుచుఁ గోపించి చూచి "కమలదళాక్షీ!
విను నీకంటెను నెక్కుడు
ననిశము నీ యున్న కూఁతు లందఱు గౌరీ!135

136-త.పరగ నీ తనయాధినాథులు భాగ్యవంతులు, శ్రీయుతుల్,
వరుసఁ దల్లియుఁ దండ్రియుం గలవారు, నిత్యమహావ్రతుల్;
ధరణిలోఁ గులగోత్రవంతులు తద్ఘ లెందుఁ దలంపఁగన్;
తరుణి యిన్నియు నేల నీ పతి తల్లిదండ్రులఁ జెప్పుమా?136

137-సీ.కట్టంగ దిక్కులే కాని కోకలు లేవు;: పూయ గంధము లేదు భూతి గాని;
కాలకూటమె కాని కంఠమాలిక లేదు;: ఫణి గాని తొడుగంగ మణులు లేవు;
నలినాకసమె కాని తలపెండ్రుకలు లేవు;: తలకుఁ బువ్వులు లేవు నెలయ కాని;
కుడువ గంచము లేదు పెడద పున్కయ కాని;: యొక్క గుఱ్ఱము లేదు యెద్దు గాని;

ఆ. మూడుమూర్తు లందు మొగి నెవ్వడును గాఁడు;
జాతిలేదు పుట్టుజాడ లేదు;
పరముఁ డొంటిగాఁడు; బ్రహ్మాదు లెఱుఁగరు;
తిరుగు జోగిఁ దగునె దేవుఁ డనగ?137

138-ఉ.లోకములోన లేఁడు; నృపలోకములోనన లేఁడు; కుండలి
ల్లోకములోన లేఁడు; మునిలోకములోనన లేఁడు; దేవతా
లోకములోన లేఁడు; సురలోకములోనన లేఁడు; పెట్టిము
వ్వోకలఁ బోవు టే నెఱిఁగి పూజలు సేయఁగ నెంతవాఁడొకో?138

139-క.తా నెక్కడ? నే నెక్కడ?
తా నాకుం దలప సరియె? తనుఁ గొలువంగా
నే నాఁడు వచ్చి నిలిచిన
తా నాకుఁ బ్రియంబు సేయఁ దలఁచెనె చెప్పుమా?139

140-క.నీ నాయకుం డల్లుం డగుఁ
గాని మమున్ ధిక్కరించెఁ గాక; భవానీ!
మానుగఁ గనియును నీవును
కాననిగతి నుండ లేల గర్వము లేలా?

141-క.చెలువా పిలువక ముందట
వలనఱి మా యింటి కేల వచ్చితీ చెపుమా;
పిలువని పేరంటము పని
గలవారునుబోలె సిగ్గు గాదే రాఁగన్?"

142-వ.అనవుఁడు న మ్మహాదేవి కోపవివశ యై య య్యాగమంటపంబున సుఖాసీనులై
యున్న సభాపతుల నవలోకించి యి ట్లనియె.

143-చ.“నిగమములార! ధర్మపదనిర్ణయులార! మునీంద్రులార! యో
నిగమమహాత్ములార! ఘననిర్ణయులార! దిగీంద్రులార! భూ
గగనచరాదులార! భవఖండనులార! యతీంద్రులార! యే
నిగమము లందుఁ జెప్పె శివనింద యెఱింగితి రేనిఁ జెప్పరే?143

144-చ.ఎఱుఁగరు బ్రహ్మ విష్ణువులు నిం తని కానఁగ లేరు దేవతల్
గురియిడ లేరు తాపసులు గోచరనీయులు గాని యోగు లా
పరముఁ దలంప లే రతని బాగు లగణ్యము లిట్టిచోట వీఁ
డొఱపున శంకరుం దెగడనోపె సభాసదులార! వింటిరే;144

145-ఉ.వేదము లం దెఱింగిన వివేకము లెక్కడఁ బోయె? నేఁడు పు
ణ్యోదయబుద్ధి యెం దణఁగి యున్నది నేఁడు? దపంబుఁ బొల్ల యే
నీ దగు దక్ష తాద్భుతము నీతియో నెక్కడ దాఁగె నేఁడు? బ్ర
హ్మాదులఁ బోలు ప్రజ్ఞ యది యారడి వోయెనె నీకు? నక్కటా!145

146-శా.ఏరా దక్ష! యదక్షమానస! వృథా యీ దూషణం బేలరా?
యోరీ పాపము లెల్లఁ బో విడువరా; యుగ్రాక్షుఁ జేపట్టరా;
వైరం బొప్పదురా; శివుం వలఁపరా వర్ణింపరా; రాజితో
త్కారాతుం డగు నీలకంఠుఁ దెగడంగా రాదురా; దుర్మతీ!146

147-కచదువులు నాలుగు శివుఁ గని
యెదమంచును పెదకుఁ గాని యెట్బంగులఁ ద
త్సమలరూపముఁ గానకపదపడి తమలోనఁ జిక్కుపడ్డవి దక్షా!147

148-సీ.కలయ నీరేడులోకముల దొంతులతోడ;; : బాగొప్ప మూఁడు రూపములతోడ;
మూఁడు మంత్రములతో మూఁడు కాలములతో;: భ్రమయించు పుణ్యపాపములతోడ;
సలలిత ఖేచరాచర జంతుకోటితో;: భూరితేజములతో భూతితోడఁ;
జంద్రానలావనీ జల వాయు గగనాత్మ: తరణులతోడఁ; జిత్రములతోడ;

ఆ. భర్గదివ్యమహిమ బ్రహ్మాండములు సేయుఁ
గాచు నడఁచుఁ గాని కానరాదు
నిఖిల మెల్లఁ దాన నీవును నేనును
దాన కాన నింద దగదు సేయ.148

149-వ.అదియునుం గాక.149

150-క.దేవతలు మునులు గృతమిడి
దేవుఁడు పరమేశుఁ డైన దేవుం డనుచున్
భావించినచోఁ జదువులు
దేవుఁడు శ్రీకంఠుఁ డనుచుఁ దెలిపెనొ లేదో?150

151-క.మఱి యాగంబులలోపల
బురదనుజారాతి ప్రథమ పూజ్యం డెలమిన్
సురలకు నందలిహవ్యము
లరయఁగ నతఁ డెలమి నిచ్చె నంతయు వినమే?151

152-క.విశ్వములోపలఁ దనరెడు
శాశ్వత మగు శివునిమహిమ చెప్పఁగ నీకున్
విశ్వాసంబును జెల్లదు
యీశ్వరుమహిమాబ్ధి నీకు నెఱుఁగ న్వశమే?152

153-మత్త.సాహసంబున మందరంబును సారె కవ్వముఁ జేసి తా
రూహక్షీరపయోధిఁ ద్రచ్చుచు నున్న శ్రీరమణాదులన్
దాహదోహల నీలవర్ణులఁ దద్దయు న్వడిఁ జేయు హా
లాహల మఱచేతఁ బట్టి గళంబులోన ధరింపడే?153

154-క.బ్రహ్మశిరంబును ద్రుంచుట
బ్రహ్మాండము లతని యందుఁ బ్రభవించుటయున్
బ్రహ్మాదు లెఱుఁగకుండుట
బ్రహ్మాదులచేత వినవె భర్గునిమహిమల్?154

155-క.శివుఁ డెచ్చట వేంచేయును
శివతర మచ్చోటు వినుతిసేయఁగ వశమే
శివుఁ డెచ్చట వేంచేయఁడు
శివుఁ డెచ్చో నిండిలేఁడు సిద్ధము దక్షా!155

156-క.హరుఁ గూర్చి సేయు తప్పులు
హరమై యొప్పిద మొనర్చు న పూరుషులకున్
హరుని వెలిసేయు నొప్పులు
హరమై తప్పిదము లనెడు నది మఱచితివే.156

157-క.ఖండేందుబింబభూషణు

నొండొరులకు నెఱుఁగవశమె యోహో వినుమా;

మండిత మగు నీ యాగము

పండిన తుదిఁ బండు పండు భర్గుఁడు కాఁడె?157

158-క.అట్టి మహేశ్వరుఁ డిచ్చటికి

నెట్టన రాఁగలఁడు చెఱుప నీ యజ్ఞము నీ

పుట్టిన దేహముతోఁడను

పట్టున శివుఁ జేరరాదు పరమార్థ మిలన్.

159-క.ఈ యొడలు రోతఁ గాదె

పాయక పరమేశు నొందఁ బని సేయంగా

వేయును నేటికి మాటలు

వోయెదరా కీడు నొంది వొగిలి దురాత్మా?"

160-సీ.అనుచు మహేశ్వరి యమరులు బెగడంగఁః బూని భద్రాసనాసీన యగుచు

శంకర శ్రీపాదపంకజ యుగళంబుఁః దన మనస్సరసిలోఁ దనర నిలిపి

వెలుఁగు మూలాధార వేదిపై శివయోగ: వహ్ని మేల్కొలిపి యవ్వలను మిగిలి

తనుఁ దాన చింతించి తరణి చంద్రుల వడి: నరుగంగనీక ఘోరాగ్నిఁ దెచ్చి

ఆ. యందు నిల్చి దివ్య మగు తన మైదీఁగె

రాజహంసగమన రాజవదన

పరమయోగశక్తి భస్మంబుగాఁ జేసి

పుణ్యతనువు తరుణి పొందె నపుడు.160

161-చ.తులు వగు దక్షు నింట మఱి తోఁచిన వేఁడిమి మంచుకొండలోఁ

దొలువకపోవ దన్న క్రియఁ దోయజలోచన గౌరి లోలయై

లలితలతావరాంగసవిలాసిని యై కొమరాలు నై విని

ర్మలగతి నేఁగెఁ గొండలకు రా జగు కొండకు మంచుకొండకున్.161

162-వ. అంతఁ దత్ప్రకారంబు వీక్షించి దక్ష మఖమంటపంబున సుఖాసీనులై యున్న బ్రహ్మ విష్ణు సూర్య చంద్ర దేవేంద్ర దండధర వరుణ కుబేరాది దేవజనంబులు మహాభీత చిత్తు లైరి; మూర్తిమంతంబు లైన మంత్రంబులు తంత్రంబులు చాలించె; పాప కర్మం డగు దక్షుని నిందించి బ్రహ్మ తన లోకంబునకుఁ బోయె; మఱియుఁ దక్కిన వార లందఱు తమతమ నివాసంబులకుం జనిరి తత్సమయంబున.162

శంకరుండు దక్షునకు శాపం బిచ్చుట

163-సీ.కైలాసగిరిమీఁద కలకంఠుఁ డొకనాఁడు: కర మొప్పఁ గొలువుండి గౌరిఁ దలఁచి

యిది యేమి రాదయ్యె నీ యేణలోచన: యని యవ్విధం బెల్ల నాత్మ నెఱిఁగి

సుందరి తనకుఁ గూర్చుట యెల్ల భావించి: శంభుండు మనమునఁ జాల నొచ్చి

"యిది యేమి పంపితి నీ దక్షు నింటికి: మీనాక్షి తా నేల మేను వాసె

ఆ. పొలఁతి నిన్న నేను బొ మ్మని తరిమినఁ

బోవ నొల్ల ననియెఁ బువ్వుఁబోఁడి

పంకజాక్షి నొంటిఁ బంపిన కతమున

పెట్టితనము వచ్చె పేయు నేల"163

164-వ.అని మఱియుఁ బరమేశ్వరుండు గౌరీదేవి ననంత కరుణాపూరిత మానసుం డై
తలంచి పెండియుఁ దన మనంబున.164

165-మ."పుడమిన్ రాజ్యముఁ గోలుపోయి తగ నేడ్పుం బొంది శోకించు న
జ్జడధీశాంతకుఁ డైన యింద్రుని కిలన్ జన్మించి రోషాంబుధిం
బడ వైవస్వతమన్వు నాఁడు ముదమొప్పన్ రాజ్యముం జేయఁగాఁ
గడతేర్తు" న్నని పాప దక్షునకు వేగన్ శాప మిచ్చెన్ వడిన్.165

166-వ.ఇట్లు పరమేశ్వరుండు శాపం బిచ్చిన దక్షుండు దదీయ ప్రకారంబు నొంద
నంత.166

దాక్షాయణి హిమవత్పుత్రియై పుట్టుట

167-శా.ప్రాలేయాచల వల్లభుండు నియతిం బాటించి సద్భక్తితోఁ
గాళీసుందరిఁ గూఁతుఁ గాఁ దలఁచి పేడ్కల్ పల్లవింపన్ యశ
శ్శ్రీలోలుండు తపంబు సేయ నచటన్ శృంగారసాంగత్యమై
లోలానందము బొంది యున్న నతఁ డాలోకించి సంరంభుఁడై.167

168-చ."చంచలనేత్రి! యో ముగుద! చల్లనిచూపులతల్లి! నిన్ను నేఁ
గాంచిన యంతనుండి పులకల్ మెయినిండఁగ నంకురింప నీ
మించినరాకయున్ విభుని మేరయు నీ దగు పేరుపెంపు నీ
మంచిగుణంబు లన్నియున్ మంగళవంతము లంచు మ్రొక్కుదున్"168

169-వ.అనిన నా కుమారీతిలం బి ట్లనియె.169

170-శా."నా నాథుండు మహేంద్ర దేవమునిరా ణ్ణాగేంద్ర దిగ్రాజవాక్
శ్రీనాథాగ్ర కిరీటకూట విలస త్శృంగార దివ్యప్రభా
నానారత్న నికాయ సంతత లస న్నవ్యస్ఫుర త్పాదు కే
శానాలంకృతుఁ డీశుఁ డాతనికి నిల్లాలన్ శివాసుందరిన్.

171-క.నీకుం గూఁతుర నయ్యెదఁ
జేకొనుమీ తండ్రి!" యనుఁడు "శ్రీకంఠున కీ
పేకాంత పైన నిజముగ
నీకుం గల రూపు చూపు నీవు కుమారీ!"171

172-తే.అనుడును హిమవంతు నాలోకనముఁ జేసి
తొలఁకు నగవు మొగముఁ దొంగలింప
"తండ్రి! నీదు పుత్రి తా నెంతయో కన్ను
లారఁ జూడు" మనుచు నంబుజాక్షి.172

173-సీ.పొలుపారు నీరేడుభువనంబులకు నెల్ల: మహితమై దేదీప్యమాన మగుచుఁ;
గ్రొమ్మెఱుంగులమంటఁ గూడియు నెంతయు: వితతమై తాకుఁచు వెనుక రాగ;
వచ్చి కూడని భంగి వలనించుకయు లేక;: యేరుపఱుపరాక యెఱుఁగరాక;
యేవర్ణమునుగాక యేరూపమునుగాక;: కొలదియు లేకున్కి పొలయునట్లు

ఆ. కమలజాండ మెల్ల గన్నియ దాన యై
తోఁచియున్నఁ జూచి తొట్రుపడుచు
మూర్ఛవోయి తెలిసి మోద్పుఁ గే లెనయంగఁ
బడఁతి సన్నుతించె బర్వతుండు.
హిమవంతుఁడు స్తుతి సేయుట173

174-ఉ."ఈ పరిపాటి యెంత గల దిట్టి విధం బని నిర్ణయింపఁగా
నా పరమేశుఁ డైన కమలాక్షుఁడు నైన విరించి యైన వా
రోపరు యిట్లు నిన్నెఱుఁగ నోపుదురే పరు లెల్ల నమ్మ నీ
రూపము సర్వమున్ గలుగురూపము గాదె తలంపఁ జండికా!174

175-మ.నరదేవాసురపుజితాంఘ్రియుగళా! నారాయణీ! శాంకరీ!
కరుణాపూరితమానసా! త్రిణయనీ! కళ్యాణయుక్తా! నిశా
చరదర్పోన్నతిసంహారీ! సదమలా! చండార్చనీ! యోగినీ!
తరణీ! యాగమవందితా! భగవతీ! తల్లీ! జగన్మోహినీ!175

176-శా.నాకుం గూఁతు వైతి వీవు తరుణీ! నాభోక్త దా సెంతయో
నాకుల్ మెచ్చఁగ నింత "దేవరకుఁ గళ్యాణిన్ సమర్పించి యా
శ్రీకంఠాంకున కిట్లు మామ యగునే శీతాచలుం" డంచు ము
ల్లోకంబుల్ వినుతింపఁ గంటి నిపు డో లోలాక్షి! నీ సత్కృపన్.176

177-క.నీ యందె సకల గిరులును
నీ యందె మహార్ణవములు నిలయున్ జగముల్
నీ యందె యుద్భవించును

నీ యందే యడఁగియుండు నిరుపమమూర్తీ!177

178-క.ఉత్పత్తి స్థితి లయముల

కుత్పాదన హేతు వనుచు నూహించి నినున్

దాత్పర్యంబున మునులును

సత్పురుషులు చెప్ప విందు సదమలమూర్తీ!178

179-క.సన్నములకుఁ గడు సన్నము

నున్నతముల కున్నతంబు నొప్పిదములకున్

జిన్నెయన నొప్పు రుచులకుఁ

దిన్నన నీ చిన్ని గుణము దేవీ గౌరీ!179

180-క.నిన్ను మహేశ్వరుఁ డెఱుఁగును

నెన్న మహేశ్వరుని నీవు నెఱుఁగుదు గౌరీ!

యన్యుల కెల్లను దరమే

నిన్నును నీ నాథు నెఱుగ నిక్కము తల్లీ!180

181-క.ధారుణి దివ్యాకారం

బారయ యొప్పిదము భంగి యది యిది యనఁగా

నేరరు బ్రహ్మాదులు నిను

నేరుతునే నీదు మహిమ నీరజనేత్రా!"181

182-వ.అని యనేక విధంబుల నుతించి మఱియుఁ దుహినధరణీధర నాయకం డి

ట్లనియె.182

183-ఉ.“పిన్నవు గమ్మ నీ మహిమ పెంపుఁ దలఁపక తప్పుఁ జేసితిన్
గన్నులపండు వయ్యె నినుఁ గంటిఁ గృతార్థుడ నైతిఁ జాలున
మ్మన్న” యటంచుఁ బర్వతుఁడు మానుఁగ మ్రొక్కినఁ జూచి కన్యయై
క్రన్నన నిల్చి తండ్రి మును కన్నను ముద్దులుచేసె పేడ్కతోన్.183

184-వ.ఇట్లు ప్రసన్న యైయున్న న మ్మహీధరనాయకుం డి ట్లనియె.184

185-శా.“శ్రీలావణ్యవిశేషపుణ్య యనుచున్ జింతింపఁగాఁ గంటి శ్రీ
కైలాసాద్రి మహేంద్ర వల్లభునకున్ గణ్యుం డనం గంటి నీ
శ్రీలోలం బగు పాదపద యుగమున్ సేవింపఁగాఁ గంటి నీ
వాలింపం బరమేష్ఠినిన్ దనిపి యి ట్లర్థించితేఁ బార్వతీ!185

186-సీ.కడు నెండిపోయిన ఘన తటాకమునకు: వారిపూరము నిండ వచ్చినట్లు;
తన రాక తఱిఁ జూచి వనజంబు లుబ్బంగఁ: బొలుపొంద నర్కుండు వొడిచినట్లు;
కమలహీనం బైన కమలాకరంబులోఁ: గమలపుంజంబులు గలిగినట్లు;
ఘనతమఃపటలంబు గప్పిన మింటిపైఁ: దుది చంద్రబింబంబు దోఁచినట్లు;

ఆ. గిరులలోన నొక్క గిరి యైన నా పేరు
వెలయఁజేసి తిపుడు జలజనయన
నీకుఁ దండ్రి నైతి నా కింత చాలదే
యిది మహాద్భుతంబు యిందువదన!186

187-క.ఏ నీకుఁ దొల్లి కొడుకను
మానుగ నా కిపుడు నీవు మహిఁ గూఁతురవై
మానిని! పుట్టితి విప్పుడు
భూనుతముగ నాకు నిట్టి పుణ్యము గలదే?"187

188-చ.అని గిరినాథుఁ డుబ్బికొనియాడుచుఁ గానక కన్నకూఁతురన్
వినయముతోడ నెత్తుకొని వీటికి వేగమె యేగి యప్పు డ
ల్లన తనయుండు రాజధవళాయము చొచ్చి కుమారిఁ జూపుడున్
గనుఁగొని సొంపుతో నతని కామిని మేనక సంభ్రమంబునన్.188

189-ఆ.పాలయిండ్లమీఁది పయ్యెద వీడంగ
బన్నసరము లలర బారసాచి
కౌఁగలించి వేడ్కఁ గమలాయతాక్షి తాఁ
గోర్కి పల్లవింపఁ గూఁతుఁ జూచి.189

190-సీ."రా లోకసుందరి! రా జగన్మోహినీ!: రావమ్మ కైలాసరాజపత్ని!
రా కన్యకామణీ! రా రాజబింబాస్య!: రావమ్మ యౌవనరాజ్యలక్ష్మి!
రా ఓ మహాకాళి! రా ఓ సరోజాక్షి!: రావమ్మ! భారతీరమణవినుత!
రా ఓ జగన్మాత! రా ఓ సదానంద!: రావమ్మ మత్తేభరాజగమన!"

ఆ. యనుచుఁ బెక్కుగతుల నంకించి యంకించి
దగిలి మేనకాఖ్య తన్నుఁ బిలువఁ
తండ్రి చెయ్యి డిగ్గి తద్దయు వేడ్కతోఁ

గామినీలలామ గౌరి యపుడు.190

191-సీ.కలహంసనడ లొప్ప ఘంటల రవ మొప్ప: రంజిల్లు నూపు రారావ మొప్ప
పాటించికట్టిన పట్టుచెందియ మొప్ప: బాల చన్నులమీఁద పయ్యె దొప్ప
కంఠహారము లొప్పఁ గరకంకణము లొప్పఁ: గడకఁ గేయూరాది తొడవు లొప్ప
సన్నపునడు మొప్ప సవరైన పిఱుఁ దొప్ప: లలితకనకకుండలములు నొప్ప

ఆ. వాలుఁజూపు లొప్ప నీలాలకము లొప్ప
భూతితో నుదుటఁ ద్రిపుండ్ర మొప్పఁ
జిఱుత ముద్దు లొప్పఁ జెక్కిటమెఱుఁ గొప్పఁ
దరుణి జేరవచ్చె తల్లికడకు.191

192-వ.ఇట్లు పార్వతీమహాదేవి డాయ నేతెంచి.192

193-సీ."కమనీయ మోహనాకారభారతి వచ్చె;: దయతోడ నన్నుఁ గన్నతల్లి వచ్చె;
చాతుర్య గాంభీర్య జగతి కన్నియ వచ్చె;: లలితసంపదలక్ష్మి వచ్చె;
భూరిలోకైకవిభూతిధారుణి వచ్చె;: మంగళపావనగంగ వచ్చె;
తెఱఁగొప్ప దేవాదిదేవవల్లభ వచ్చె;: మానితంబగు మహామాయ వచ్చె;

గీ. తల్లి వచ్చెను నన్నేలుతల్లి వచ్చె;
బాల వచ్చెను ప్రౌఢైకబాల వచ్చె;
అబల కరుణింప నేతెంచె" ననుచుఁ దిగిచి
కౌఁగలించెను మేనక గౌరిఁ జూచి.193

194-వ.అప్పు డి ట్లనియె.194

195-శా."నీవా సర్వజనైకమాతవు సతీ! నిన్నున్ మహాభక్తితో

దేవేంద్రాదులు పూజసేయుదురు; నీ ధీరత్వమా యెవ్వరున్

భావింపం గలవారు లేరు; నిఖిలబ్రహ్మాండభాండావళుల్

నీవే సేయు మహేంద్రజాలతతులే; నీలాలకా! బాలికా!195

196-సీ.చిలుకలకొల్కివే; శృంగారగౌరివే;: మముఁ గన్నతల్లివే మగువ! నీవు

పరమేశు నమ్మినపట్టంపుదేవివే;: మిన్నేటిసవతివే మెలఁత! నీవు

నా తపఃఫలమవే నన్నేలుశక్తివే;: నా ముద్దుపట్టివే నాతి! నీవు

మూఁడులోకములకు మూలంపుమూర్తివే;: యవ్వలతల్లివే యతివ! నీవు

ఆ. అమ్మ! నిన్నుఁ గన్న యంతనుండియు నాకు

బలసి కోర్కు లెల్లఁ బల్లవించెఁ

గోమలాంగి! నీవు కూఁతుర వైతివి

కన్య! యిట్లు భోక్త గలదె నాకు?"196

197-క.అని యిట్లు మేనకాంగన

ఘనముగ నిచ్చలును దగిలి గౌరవమున మ

న్ననసేయుచు భాషించుచుఁ

బెనుపున గౌరీకుమారిఁ బెనుచుచు నుండెన్.197

198-ఆ.ఇట్లు గౌరీదేవి హిమశైలపతి యింట
నమర ముద్దుబాల యై చరించి
కొంతకాలమునకుఁ గోమలి వెలుగొందె
సకల జనులు దన్ను సన్నుతింప198

199-సీ.ఒకనాఁటి కొకనాఁటి కొక్కొక్క మిక్కిలి: రేఖ నొప్పెడి చంద్రరేఖ మాడ్కి
నొరగింపఁ గరఁగింప నొక్కొక్క వన్నియ: గలుగుచు నున్న బంగారు కరణి
నాఁడునాఁటికిఁ బోవనవకంబుఁగొను చెల్వు: గంగాప్రవాహంబుఁ దొంగలింపఁ
జనుదోయి క్రిక్కిరి సౌరభ్య తనువుతో: నొప్పులకుప్ప యై యుప్పతిల్ల

తే. అనుదినంబును నొకచంద మతిశయిల్ల
నమ్మహాదేవి యభివృద్ధి నలరుచుండె
"పొందఁ గల్గునొక్కొ భూతేశు భువనేశుఁ
బంచముఖుని" ననుచుఁ బలుకుచుండు.199

200-శా.రంగత్ స్ఫార మనోరథ భ్రమరికల్ రమ్యాననాంభోజముల్
నింగిం గ్రాలెడు లేఁతనవ్వునురువుల్ సేవింపఁ బెంపారు దో
ర్భంగంబుల్ తనరారు శంకరమహాపద్మాకరం బందు నా
యంగం బంగజకేళిపూరమున నోలాడించు టెం కెప్పుఁడో.200

201-వ.ఇ వ్విధంబున.201

202-సీ.శృంగారములుసేయ శృంగారి యొల్లదు: పువ్వులు దురుమదు పువ్వుఁబోడి

పలుకంగనేరదు పలుకనేరనిభాతిఁ : జంచలత్వము నొందుఁ జంచలాక్షి
సరసులఁ గ్రీడింప సరసిజానన వోదు: మౌనంబుతోఁ గుందు మానవిభవ
గంధంబు వూయదు గంధవారణయాన: చెలువలఁ బిలువదు చెలులచెలియ

తే. ముకుర మే ప్రొద్దుఁ జూడదు ముకురవదన
తరుణి మఱియును సర్వకృత్యములు మఱచి
హరుని తోడిదె గొండాటయై లతాంగి
యుగ్రతాపంబు సైరింప కున్నఁ జూచి.202

203-ఆ.కూడి యాడుచున్న కోమలిజనములు
శిశిరవిధులఁ గొంత సేద దీర్చి
శైలరాజుఁ గానఁ జనుదెంచి యతనికి
వెలఁదు లి వ్విధమున విన్నవింప.203

204-క.అతఁ డంతయు నప్పుడు దన
సతి యగు మేనకకుఁ జెప్పి చయ్యన గౌరీ
సతిఁ గానవచ్చి యయ్యెడ
మతిమంతుఁడు పల్కెఁ దియ్యమాటలు వెలయన్.
హిమవంతుఁడు పార్వతికి శివునిం జూపుట204

205-శా."అమ్మా! పార్వతి! దేవదేవుఁ డగు నా యర్ధేందుచూడామణిన్
రమ్మా కానఁగ బోద" మంచు ముదమారం బాలఁ గొంచున్ బ్రయా
ణమ్మై శీతనగాంతరాళమునకున్ నక్షత్రవీధిన్ మహా
సమ్మోదంబున బోయి యంతఁ గనియెన్ శైలేంద్రుఁ డ మ్ముందటన్.205

206-చ.ఘనతర మాతులుంగ వట ఖర్జుర రంభ కదంబ నింబ చం
దన నవచంపక క్రముక లత మాల విశాల సాల రో
చన వర గంధసార ఘనసార యుదుంబర చూత కేతకీ
పనస లవంగ లుంగ తరు పంక్తుల నొప్పినదాని వెండియున్.206

207-క.కొలకులఁ దిరిగెడు హంసల
కలకల నాదముల కీర కలకలములునుం
గలకంఠంబుల నాదము
లళి నాదము లమరు సుందరారమంబున్.207

208-వ.కని య మ్మహావనంబు దరియంజొచ్చి తత్ప్రదేశంబున.208

209-మ.పరఁగ న్వెల్పలి చింత మాని యచల బ్రహ్మాసనాసీనుఁ డై
తిర మై రాజిత దేహము న్విమల భూతిన్ దీర్చి కూర్చుండె తా
గరుసుల్ నేరక తన్నుఁ దాన తలపై గాఢాత్ము డై నిష్ఠతో
హరుఁ డ య్యోగసమాధిమై దవిలి నిత్యానందుఁ డై యుండగన్.209

210-చ.చెలువయు దాను గాంచి శివుఁ జేర భయంపడి కొంతదవ్వులన్
నిలిచె గిరీంద్ర శేఖరుఁడు నీళగుండును నంతలోనఁ బెం
పొలయ సమాధి మాని కడు నొప్పుగఁ గన్నులు విచ్చి చూచుచోఁ
బలికె ధరాధరుం డలరి పార్వతికిం దగఁ బ్రీతి తోడుతన్.210

211-మ."అదె శంభుండు సమాధి వోవిడిచి నిత్యానందముం దోఁచె న
ల్లదె కాన్పించెఁ గృపాక్షులం దెఱచెఁ దా నాలించె లోకంబులన్
మదవేదండసమానయాన మునిరాణ్మందారునిం జేరఁగా
నదనై యున్నది సమ్ముఖమునకు డాయం బోదమా పార్వతీ!211

212-వ.అని విచారించి.212

213-క.గిరిరాజు తన్ను డగ్గర
నరుదెంచి వినమ్రుఁ డగుచు నబ్జదళాక్షిన్
దరిశనము పెట్టి నిలచినఁ
గరుణయు మోదంబుఁ బుట్టెఁ గఱకంఠునకున్.213

214-సీ.కామునిబాణమో కందర్పదీపమో: కాంతిరేఖయొ వేల్పుకన్యయొక్కొ
మెలగెఁడుతీఁగెయో మెఱుఁగులబొమ్మయో: తీరగు బంగారుతీఁగెయొక్కొ
మోహంపుదీపమో మోహనవార్ధియో: లాలితమోహనలక్ష్మియొక్కొ
చిత్రంపురేఖయో శృంగారములు దోఁచు: రేఖయో పూర్ణేందురేఖయొక్కొ

ఆ. యనఁగ నొప్పుదానిఁ నభినవలావణ్య
రూపకాంతు లందు రూఢి కెక్కి
పరఁగుచున్నదానిఁ బర్వతకన్యకజూచి వెఱఁగుపడియె సోమధరుఁడు.214

215-ఉ.ఆ చపలాక్షి చిత్తమున న య్యురగాధిపబాహుకంకణుం
జూచుచు నుండెఁ గాని మఱి చూచినచూపు మరల్ప లేమనిం

జూచి మహీధ్రవల్లభుఁడు శూలికి మ్రొక్కఁగదమ్మ బాలికా
చూచెదు గాని నీ వనుచు సుందరి మ్రొక్కఁగఁ బంచి పేడ్కతోన్.215

???????216?????

217-వ.పరమ సమ్మోదంబున న మ్మహాత్మునికి సాష్టాంగదండప్రణామంబు లాచరించి
కరకమలంబులు ముకుళించి యి ట్లనియె.217

218-క.“జయజయ శ్రీగిరిమందిర!
జయజయ మందారహార! సలలితవర్ణా!
జయజయ భువనాధీశ్వర!
జయజయ యోగీంద్రపారిజాత! మహేశా!218

219-క.జయజయ హాలహలధర!
జయజయ దేవేంద్ర కమలసంభవ వినుతా!
జయజయ పన్నగకంకణ!
జయజయ గంగావతంస! జయ చంద్రధరా!219

220-సీ.కుసుమదామంబులు కోమలి తన మౌళిః బెట్టదు నీ మౌళిఁ బెట్టి కాని;
గజరాజనిభయాన గంధంబు తనమేనః నలఁదదు నీ మేన నలఁది కాని;
రాజీవదళనేత్ర రత్నకంకణములుః దొడగదు నీ కేలఁ దొడిఁగి కాని;
పుష్కరానన పట్టుఁబుట్టంబుఁ గట్టదుః కడకఁతో నీ కటిఁ గట్టి కాని;

ఆ. మహితలోలనేత్ర మాటాడ దెప్పుడుఁ
గొంచమేని నిన్నుఁ గోరి కాని;
యింత పిదప నిప్పు డేమియు నొల్లదు
నిన్నె కాని దేవ! నిశ్చయంబు.
నగజను శివునికి శుశ్రూష చేయ నప్పగించుట220

221-మ.అవధా రీశ్వర! విన్నపంబు మదిలో నాలించి రక్షింపుమీ
యువిదారత్నముఁ బెట్టి పోయెదను మీ యొద్దన్ భవద్దాసి యై
తివుటన్ వర్తన సేయుచుండెడిని ప్రీతిం దీని రక్షింపుడీఁ
యవిరోధంబున లీలఁ బంపి పరిచర్యల్ చాల సేయింపుఁడీ.221

222.క.కొండిక బాలిక యెఱుఁగదు
సుండీ యెంతయును ముగుద సుండీ" యనుచున్
ఖండేందుబింబమౌళికిఁ
గొండలరా జప్పగించెఁ గూఁతుం గౌరిన్222

223-వ.ఇ వ్విధంబునం బరమేశ్వరునకుఁ బరిచర్యలు సేయ న మ్మహాదేవిని సమర్పించి
యతం డ ద్దేవునకు వెండియు దండప్రణామంబు చేసి తన మందిరంబునకుఁ జనియె
నంతఁ.223

224-మ.శివుఁ జూచుం దమకించి సిగ్గు నగుడున్ జిక్కం గరంగున్ మదిన్
భవుఁ జేరం గమకించుఁ జంచలపడుం భావించు నెంచున్ వడిం
గవయంగాఁబడు నాథుఁ గౌఁగిటను సింగారింతునో యంచు నో

శివ రమ్మా యని పిల్తునా యనుచు రాజీవాక్షి సంరబ్ధయై.224

225-సీ.పరమేశు రూపంబు పలుమాఱు నందంద: వాడిచూపులఁ జూచు వాని మిగులఁ

బులకించు దలఁకించుఁ బొలఁతి విచారించుఁ: జేరి పూవులఁ బూజసేయు నబల

పంపక యటమున్న పరిచర్య లొనరించుఁ: దరిమిన చిత్తంబు తరగఁబట్టు

దేవర మనసు దాఁ దెలిఁగొప్ప వర్తించు: గడు నప్రమత్త యై కన్య మెలఁగు

తే. కాముతాపుల ధాటికిఁ గాక శంభు

నంటి యొక్కొక్క మాటొత్తి నప్పళించుఁ

దెంపు సేయంగ వెఱచు న ద్దేవి యిట్లు

శివుని కెప్పుడు పరిచర్య సేయుచుండె225

226-ఉ.ప్రొద్దున వచ్చి నిచ్చలును బొల్పగు శీతశిలాతలంబునం

గ్రద్దన నిల్చియుండి కఱకంఠుఁడు యోగసమాధినిష్ఠ మైఁ

బెద్దయుఁ బ్రొద్దు నిల్చుటయుఁ బిమ్మట గౌరియు నిర్మలాత్మ యై

ప్రొద్దున వచ్చి వల్లభుని పూజలుసేయు ననేక భంగులన్.226

227-క.విడువక పూజలు సేయఁగ

నుడుగక యోగంబుమీఁద నుండఁగఁ దలఁపు

ల్పొడముటయ కాని కానం

బడ దెంతయు సంగమంబు పతికిన్ సతికిన్.227

228-వ. ఇ వ్విధంబున గొంతకాలంబు దేవి దేవరకుం బరిచ్రయలు సేయు చుండె నని

చెప్పి"228

ఉపశృతి

229-మత్త.రాజచందన కుంద శంఖ మరాళ హీర పటీర వి
భ్రాజితాంగ! మునీంద్రమానసపద్మహంస! రమాంగనా
రాజనాయక! ధారుణీధరరాజనందననాయకా!
రాజరాజమనస్సరోజవిరాజితాంబుజనాయకా!229

230-మాలినీ. నిగమభువనదీపా! నిర్మలానందరూపా!
యగణితగుణధీరా! యప్రతర్క్యప్రకారా!
గగనజలధిహారా! ఖండరాజద్విహారా!
యువతిమదనమూర్తీ! యోగిహృద్వ్యాంతవర్తీ!230

231-గ. ఇది శ్రీమన్మహామహేశ్వర యివటూరి సోమనారాధ్య దివ్యశ్రీ పాదప ద్మారాధక కేసనామాత్యపుత్ర పోతయనామధేయ ప్రణీతంబైన వీరభద్ర విజయం బను మహా పురాణకథ యందు దేవేంద్రాది దేవగణంబులు శివుని సందర్శనంబు సేయుటయు దక్షయాగంబును దాక్షాయణి నారదు వలన విని శంభుని కెఱింగించుటయు శంభుండు పనుప దివ్యరథా రూఢ యై పార్వతీదేవి దక్షు నింటికి వచ్చుటయు దక్షుఁడు సేయు శివనింద వినఁజాలక య మ్మహాదేవి దేహంబు దొఱఁగుటయు హిమవంతునికిఁ గుమారియై శాంకరి పొడచూపుటయు తదీయ తపో మహత్త్వంబును నగజ శివునకుఁ బరిచర్యలు సేయుటయు నన్నది ప్రథమాశ్వాసము.231

వీరభద్ర విజయము · బమ్మెర పోతన

ద్వితీయాశ్వాసము

తారకుఁడు దండై పోవుట

1-క.శ్రీ కైలాస నగేంద్ర

ప్రాకటసానుప్రదేశ బహువనరాజి

వాకరగంధ సమేత

శ్రీకరవిభవాభిరామ! శ్రీగిరిధామ!1

2-వ. పరమజ్ఞానభావుం డగు వాయుదేవుం డ మ్మహామునుల కి ట్లనియె.2

3-మ." రమణన్ ఘోరతపంబు చేసి చెలువారం బ్రహ్మ మెప్పించి లో

కము లెల్లం బరిమార్చి నట్టి వెఱపుం దర్పంబుఁ దేజంబు వి

క్రమసైన్యంబును లక్ష్మియుం బడసి సంగ్రామంబులోఁ దారకుం

డమరేంద్రాదులు గెల్చి వత్తు" నని దండై పోయె న త్యుగ్రుఁడై.3

4-వ. ఇట్లు వోయి.4

5-సీ.ఆలంబులో నింద్రు నాలంబు గావించి; వహ్నికిఁ దన కోపవహ్ని చూపి

యంతకుఁ దాను నంతకమూర్తి యై; యసురకు నసుర యై యలవు మెఱసి

నీరధీశ్వరు పెంపు నీఱుగా నలయించి; గాలి బలం బెల్లఁ గాలి చేసి

నెఱయంగ ధననాథు నిర్ధనుఁ గావించి; హరుని బలం బెల్ల హతముఁ జేసి

తే. యమర గంధర్వ యక్ష రాక్షస పిశాచ

గరుడ పన్నగ మానవ గ్రహ మునీంద్ర

చయము నెల్లను బలుమాఱు చంపి శౌర్య

భాసురుం డగు న త్తారకాసురుండు.5

6-చ.తమతమ రాజ్య సంపదలు తద్దయుఁ జేకొని పోక పెండియున్

దముఁ బలుమాఱుఁ దారకుఁడు తల్లడపెట్టిన నింద్రుఁ డాదిగా

నమరులు లోకపాలురును నాపదఁ బొంది కలంగి బ్రహ్మలో

కమునకుఁ బోయి పద్మభవుఁ గాంచి ప్రణామము లాచరించుచున్.

బృహస్పతి బ్రహ్మకుఁ దారకాసురుఁడు చేయు బాధలం దెలుపుట6

7-వ. సురాచార్యుండు బ్రహ్మదేవున కి ట్లనియె.7

8-లగ్రా. "ఆఁకొని కరాళగతి భీకరపుఁ జూపులను; భేకముల మూఁకలను వీఁకఁ గని యాద

ర్వీకము మ్రింగు క్రియ నాకపులతో నిఖిల; లోకములు దారకుఁడు చేకొని హరింపన్

బ్రాకటపుఁ గామినుల వీఁకఁ జెఱవట్టి మఱి; నాకముఖపట్టణము లాఁకగొని యుండన్

డాకకును గాక యిటు నీకు వినిపింప ఘన; శోకమున వచ్చితిమి గైకొను విరించీ!8

9-క.తాపసుల నెల్లఁ జంపెను

కోపంబున సురలఁ జెఱలుగొని వర్తిల్లెన్

పాపపు రక్కసునకు మీ

రేపారఁ ద్రిలోకవిజయ మిత్తురె? చెపుఁడా."9

10-వ. అనవుఁడు దరహసిత వదనుం డై రాజీవభవుం డి ట్లనియె.10

11-క."ఏను వర మీక యుండిన
వాని తపోవహ్ని జగము వలగొని కాల్పున్
నే నేల వెట్టి నయ్యెదఁ
గాన సురాధీశులార! కలఁగకుఁ డింకన్."11

12-వ. అని మఱియును.12

13-ఉ."శూలికి శీతలాచలముచూలికిఁ గూరిమితోడఁ బుట్టు న
బ్బాలుఁడు గాని దానవునిఁ బట్టి మహోగ్రతఁ గీటడంపఁగాఁ
జాలఁడు సిద్ధ మీ పలుకు సర్వ యుపాయము లందు భావజున్
ఫాలతలాక్షు నీక్షణమె బర్వతికన్యకఁ గూర్పఁ బంపుఁడా."13

14-వ. అని కమలసంభవుండు విచారించి కార్యంబు తేటపడం బలికిన నగుఁ గాక యని
మహా మోదంబున.14

15-క.నిర్జరలోకము గొలువఁగ
నిర్జరనాథుండు చిత్తనిర్జరుఁ డగుచున్

నిర్ఝరగేహిను లలరగఁ

నిర్ఝరపురి కేఁగెఁ దాను నిర్ఝరమతియై.15

16-వ. అ ట్లేఁగి నాకంబు నందు.16

17-శా.మందా రోన్నత పారిజాత కదళీ మాకంద పుష్పవలీ

మందాలోల సుగంధమారుత మనోమాన్నిత్య సమ్మోదియై

నందాత్ముల్ సుర సిద్ధ సాధ్య విలసన్నాగేంద్ర బృదంబు లిం

పొందం గొల్వ ననంత రాజ్యసిరిఁ గొల్వుండెన్ సురేంద్రుం డొగిన్.17

18-సీ.భాసిల్లు పువ్వుల బాణపఙ్క్తులవానిఁగొమరారు కెందమ్మిగొడుగువానిఁ

గలహంస శారికా కలకంఠములవానివెలుగొందు తియ్యని వింటివాని

మందానిలలలామ మదభృంగములవానిదెఱగొప్పు పువ్వుల తేరువాని

బలు మీనుటెక్కంబు పడగ నొప్పెడువానినామనిసారథి యైనవాని

తే. అందమైనవాని నకలంక శృంగార

విభవలక్ష్మిచేత పెలయువాని

మోదవృత్తివాని మోహనాకృతివానిఁ

గాముఁ దలఁచె నాకధాముఁ డపుఁడు.18

?????????19

20-వ. అ య్యవసరంబున.20

21-లగ్రా. తన్ను మదిలోన వెయికన్నుల పురందరుఁడు; సన్నుతగతిం దలఁప వెన్ను నిసుతుండున్

చెన్నులు వెసం దలకి యున్నఁ గని తా నతనిఁ; దిన్నఁగనుఁ గౌఁగిటను నున్న రతికాముం

“జిన్నతన మేల వెరగన్నియలన న్వలచి; నన్ను మరువం దగునె” యన్న మదనుండున్

“నిన్ను వెలిగా సతుల నన్యులఁ దలంతునె ప్ర; సన్నమతి తోటి విను నన్ని యెఱిఁగింతున్.21

22-క.నను దేవేంద్రుఁడు దలఁచెను

పనిగొని నేఁ డేల దలఁచె పంకజనేత్రీ!

తన కే కార్యము గలిగెనొ

పనిలేక తలంపఁ డతఁడు భామిని నన్నున్.22

23-మ.లలనా! పంపుము త న్నిమిత్త మరయన్ లక్షింప నీ ప్రొద్దె పో

వలయున్ వజ్రి దలంచు చోట రమణీ వర్ణింపఁగాఁ గార్యముల్

గల వెన్నే నియు” నన్న “నా పను లెఱుంగం జెప్పుఁ డాలించెదన్”

“వెలఁదీ! ముగ్ధవు గాన రాచపను లుర్విన్ జెప్పఁగా వచ్చునే.”23

24-చ.“ఎనయఁగ సర్వలోకములు నేలెడు రాజులరాజు గాఁడె యా

తని దెస భ్రాంతియే పనులు తప్పక పోయిన బుద్ధి నావుడున్

పెనుపుగ నింద్రు వీటికిని పేర్కొని పోయెద వేని నేను నీ

వెనుకను వత్తు” నంచు సతి వేడుకఁ బల్కిన నల్ల నవ్వుచున్.24

25-వ. ఆ యువతికి సుమసాయకుం డి ట్లనియె.25

26-శా."ఇల్లాం డ్రైన కులాంగనల్ మగలతో నేతెంతురా తొల్లి శో
భిల్లంగాఁ దగనొప్ప రాట్సభలకు న్మీనాక్షి మున్నెన్న మా
యిల్లాం డ్రెవ్వరు ప్రాణవల్లభులతో ని ట్లాడఁగా నేర్తురే
సల్లాలిత్యమే దేవతాసభ లనన్ సంకేతశైలంబులే.26

27-క.వేలుపుల రాచసభకును
బోలదు నీ రాక వినుము పోసఁగదు నీ వి
ల్లాలవు సురేంద్రుసభకును
నే" లని రతి నూరడించె నేచిన పేడ్కన్.27

28-సీ.పాటించి మృగనాభిపంకంబు మైఁ బూసికప్పురంబునఁ దిలకంబుఁ దీర్చి
కమ్మని పువ్వుల సొమ్ములు ధరియించిలాలిత మణికుండలములు పెట్టి
వెన్నెల నిగ్గులై వెలుఁగు చీరలు గట్టిపసిడి హంసావళి పట్టుఁ గట్టి
మాధవీ మల్లికా మాలతీ నవకుందదామంబు లింపార తలను దురిమి

తే. పాంథజనముల గుండెలు నిగుడ
మెరయు నందియ డాకాల మ్రోయుచుండ
మగల మగువలఁ గరగించు మాయలాఁడు
లలిత శృంగార వైభవ లక్ష్మి మెఱసి.28

29-లగ్రా. తుమ్మెదలు పెక్కు మురిపెమ్ముల వెస న్ముసరి; జుమ్ము రని
పద్మముకుళమ్ముల మహా శం
ఖమ్ములు భ్రమింప రసికమ్ము వెలయం బొగడు; సమ్మదపుఁ జిల్కల రవమ్ములు
చెలంగన్
గ్రమ్మి కలకంఠములు నిమ్ముల మరాళములు; గ్రమ్మగను గాలి గడుఁ గమ్మనయి వీవన్
కమ్మ నగు విల్లుఁ బువుటమ్ములను బట్టి వెల; య మ్మరుఁడు పువ్వులరథమ్ము వెస
నెక్కెన్.29

30-వ. ఇ ట్లగణ్యశృంగారవైభవాడంబరుం డై రతీదేవి దీవెనలు గైకొని వీడ్కొని కదలి య
క్కంధరుం డమరేంద్రపురంబునకుం బ్రయాణంబు చేసి గగనంబున వచ్చుచు.30

అమరావతీ వర్ణనము

31-సీ.కొమరొంది పొడవైన గోపురంబులచేతఁదనరారు దివ్యసౌధములచేత
బహు రత్న కాంచన ప్రాసాదములచేతఁగమనీయ విపణిమార్గములచేత
పుణ్యజనావళిచే బృందార కాప్సరోగంధర్వ కిన్నర గణముచేత
బహు విమానములచే బహు వాద్యములచేతబహువనాంతర సరః ప్రతతిచేత

ఆ. పసిఁడికొండమీఁద బహు వైభవమ్ముల
లలిత దేవరాజ్యలక్ష్మి మెఱసి
సకల భువనభవన చారుదీపం బైన
పట్టణంబు వజ్రి పట్టణంబు.31

32-వ. కనుంగొని యనంత వైభవంబున న న్నగరంబు ప్రవేశించి గోవింద నందనుం

డసమాన సుందరుం డై చనుదెంచుచున్న సమయంబున.32

33-ఉ.ఓలి నలంకరించుకొని యొండొరు మెచ్చని వైభవంబునన్

గ్రాలుచు మేడ లెక్కి యమరావతిలోఁ గల కన్నె లందఱున్

సోలుచు జాలకావలులఁ జూచుచు "నో సతులార యీ రతీ

లోలునిఁ గంటిరే" యనుచు లోలత నప్పుడొకర్తొకర్తుతోన్.33

34-సీ."కమనీయసంఫుల్లకమలాక్షి యీతఁడేకామినీమోహనాకారధరుఁడు

సలలితసంపూర్ణచంద్రాస్య యీతఁడేబిరుదుగ గండరగండ బిరుదువాఁడు

ఘనతరమదమత్తగజయాన యీతఁడేపంచబాణంబుల బహుళయశుఁడు

కొమరారునవపుష్పకోమలియీతఁడేమగువల మగవలను మలచు జెట్టి"

ఆ. యనుచుఁ జూచి చూచి యంగజు నాకార

సరసిలోన మునిఁగి జాలిఁగొనుచు

నొనర గోడవ్రాసినట్టి రూపంబుల

కరణి నుండ్రి దివిజకాంత లెల్ల.34

35-వ. అంత న ద్దేవేంద్రు మందిరంబు చేరం బోయి.35

36-ఉ.సంగడిఁ గోయిలల్ సందడి వాయుచుఁ జంచరీకముల్

మంగళగీతముల్ చదువ మానుగ రాజమరాళ సంఘముల్

చెంగట రా॰గ వాయవుని శ్రీమొగసాల రథంబు డిగ్గి యా

యంగసంభవుండు చొచ్చె నమరాధిపుకొల్వు॰ బ్రమోదమగ్చు॰ డై.36

37-వ. ఇట్లు దివ్యాస్థానమంటపంబు దరియం జొచ్చి.37

38-సీ.అతి మోహనాకారు॰ డై వెలింగెడువానినభినవశృంగారు॰ డైనవాని

కడిమిమై నాకలోకంబు నేలెడువానినొడలెల్ల॰ గన్నులై వెలయువాని

వొలుపార॰ గేల॰ దంభోళి యొప్పెడువానినత్యంత వైభవుం డైనవాని

కేయూర కంక ణాంకిత బాహువులవానిని మ్మైన మణికిరీటమ్ముమ్మవాని

ఆ. గరుడ సిద్ధ సాధ్య గంధర్వ కిన్నర

భుజగపతులు గొలువ వొలుపుమిగిలి

తేజరిల్లువాని దేవేంద్రు॰ బొడ॰గాంచి

సమ్మదమున నంగసంభవుండు.38

39-వ. ఇట్లు వొడ॰గాంచి నిరుపమ నయ వినయ భయజనిత మానసుండై నమస్కారంబు

చేసిన కుసుమసాయకం గనుంగొని విపుల ప్రమోదంబున నెదురు వచ్చి వలదు తగ దని

బాహు పల్లవంబుల నల్లన యెత్తి పలు మాఱు నందంద॰ గౌ॰గలించుకొని దేవేంద్రు॰డును

నతులిత తేజో మహి మాభిరామ కనక మణి గణాలంకార సింహాస నాసీనుం జేసి

మఱియు నొక్క దివ్య హారంబు సమర్పించి మహనీయ మధుర వచనముల ని

ట్లనియె.39

40-క.“చనుదెంచితె కుసుమాయుధ!
చనుదెంచితె పంచబాణ శబరవైరి!
చనుదెంచితె కందర్పక!
చనుదెంచితె యెల్ల పనులు సన్మోదములే.”40

41-వ. అని మహేంద్రుం డడిగిన నంగసంభవుం డి ట్లనియె.41

42-ఉ.“ఓ మహిత ప్రతాప భువనోన్నత! మీరు గలంత కాలమున్
నేమి కొఱంత సమ్మదము నిప్పుడు నన్నుఁ దలంపఁ గారణం
బేమి సురేంద్ర నీ తలఁచునంతఁ గృతార్థుఁడ నైతిఁ జాలదే
నీ మదిలో ననుం దలఁప నేఁ డొక కార్యము నీకుఁ గల్గెనే.”42

43-వ. అనిన విని పురందరుం డిందిరానందనున కి ట్లనియె.43

44-ఉ.“నీ భుజదండ విక్రమము నీ మహిమాతిశయాభిమానమున్
శోభితకీర్తి మైఁ గలుగఁ జేకిన కార్యము మమ్ము జేకెఁటో
నాభరమైన కార్యముల నారయ నెవ్వరి భార మయ్యె యో
శోభితమూర్తి యో భువనసుందర యో గురుధైర్యమంద!44

45-క.నీకును భారము గా దేఁ
జేకొని యొనరింతిఁ గాక చెప్పెద నొకటిన్
లోకంబుల వారలకును

నాకులకును నీవు మేలొనర్చుట సుమ్మీ.45

46-క.వారిజగర్భుని వరమున
దారకుఁ డను దానవుండు తద్దయుఁ గడిమిన్
గారించె నఖిల జగములు
ఘోరం గడతేరఁ డెట్టి పురుషులచేతన్.46

47-క.పురహరునకు నద్రిజకును
బరఁగం బ్రభవించునట్టి బలియుఁడు వానిం
బరిమార్చు నద్రి కన్యకఁ
బురహరునకుఁ గూర్చి కీర్తిఁ బొందుము మదనా.!47

48-సీ.ఇది యెంతపని నీకు నిందిరానందన!తలఁపులోపలఁ బేర్మిఁ దలఁతుగాకతలఁచి నీ
భుజదండ దర్పంబు శోభగొనకొని మము వీడుకందుగాకకొనిన బలంబులు కొమరారఁగాఁ
గొల్వభూతేశుపై దండు బోదుగాకపోయి విజృంభించి పారి నారి సారించితీపుల విల్లెక్కు
దీతు గాకఅ. తిగిచి పువ్వుటమ్ము తెఱఁగొప్ప సంధించి???????????????????
విశ్వనాథుమీఁద విడుతుగాకవిడిటి కలఁచి నేర్చి విశ్వేశు మృదుకేళి
యేర్పడంగ గిరిజ కిత్తుఁ గాక."48

49-వ. అని ప్రియంబులు పలుకుచున్న పురందరుం గనుంగొని కందర్పుం డి ట్లనియె.49

50-శా."ఓహో! యీ పని నన్నుఁ బంపఁ దగవా యూహింప నాకున్ శివ
ద్రోహం బిమ్మెయిఁ జేయఁగాఁ దగునె యీ ద్రోహంబు గావింపఁగా

నాహా! వ ద్దని మాన్పఁబట్ట కిది చేయ న్మీరు వొమ్మందురే

మోహాతీతుఁడు శంభుఁ డాతనికి నే మోహంబు లే దెమ్మెయిన్.50

51-క.కొలఁది లేదు పేర్చి కోపించెనేని వి

రించినైన శిరము ద్రెంచి కాని

విడువకున్న బిరుదు విన్నాఁడ వెన్నాడ

నభవు జేర వెఱతు నమరనాథ!51

52-క.తలఁపులు మఱపులు దమలో

పల మఱచి విరాళవృత్తిఁ బరమేశుఁడు దా

గలఁ డని లేఁ డని యెఱుఁగరు

సురలఁ గడచినట్టివాఁడు సొరఁ జొరవేదీ.52

53-క.ఆరయ నేకాంతస్థలిఁ

జేరంగా రాదు నాకుఁ జేరఁగ దరమే

ఆరయ నేకావస్థలఁ

జేరి వెలుంగొందు నాకుఁ జేరం దరమే.53

54-వ. అదియునుం గాక.55-సీ.పుండరీకాక్షుని పుత్రుండ నై నేనునిభచర్మధరునిపై నెట్లు

వోదు వోయిన న ద్దేవు భూరి ప్రతాపాగ్నినెరయంగ నా తేజ మెందు మోచు మోచిన

పరమేశుమూర్తి యేఁ గనుఁగొనియెదిరి విజృంభించి యెట్లు వత్తు వచ్చిన మా తండ్రి

వావిరిఁ గోపించియే చూపు చూచునో యేను వెఱతు ఆ. వెఱతు నయ్య యెన్ని విధములఁ

జెప్పిన కొలఁది గాదు నా కగోచరంబు నిక్క మి వ్విధంబు నీ యాన దేవేంద్ర!

మృగకులేంద్రు నోర్వ మృగము వశమె."54

55???????

56-వ. అనవుడు రతీమనోహరునకు శచీమనోహరుం డి ట్లనియె. 57-ఆ.“పొందుగాని పనికి పొమ్మందునే నిన్ను నింత చింత యేల యిట్టి పనికి దర్పచిత్తుఁ డైన తారకాసురు చేతి బాధ మాన్పి కీర్తిఁ బడయు మయ్య!”

57

58-సీ.జగములోపలఁ గల జంతు రాసులఁ బట్టిమనసులఁ గలచు నీ మహిమ మహిమ
నాటుచో గంటు గానఁగరాక వాడి యైసరిలేక నాటు నీ శరము శరము
పరమేష్ఠి సృష్టి లోపలి పురుషుల కెల్లదీపమై వెలుఁగు నీ రూపు రూపు
అఖిలంబు నెందాఁక నందాఁక నందమైపృథుతరం బైన నీ బిరుదు బిరుదు

ఆ. శూలి నైనఁ దాపసుల నైన బాధింతు
గాలి నైన నెట్టి ఘనుల నైన
గలదె నీదు పేర్మి ఘనత తక్కొరులకు
నిన్నుఁ బోల వశమె నిరుపమాంగ!58

59-క.ఒప్పని పని కేఁ బంపను
ఒప్పుగఁ బుష్పాల పూజ లొనరించు గతిన్
గప్పుము దేవర శిరమును
నిప్పుడు నీ పుష్పశరము లింతే చాలున్.“59

60-శా.లోకాధీశుఁడు శూలి నిన్నుఁ గనినన్ లోకోపకారార్థి యై
యీ కాత్యాయనిఁ దన్నుఁ గూర్పఁ దనపై నేతెంచినాఁ డంచు దా
నే కీడుం దలపోయకుండు నలుగం డీ మాట సిద్ధంబు నీ
కీ కార్యం బవలీల గా నెఱుఁగుమీ యేపారఁ గందర్పకా.60

61-క.ఇట్టి విధంబులు చెప్పిన
నెట్టన నినుఁ బోఁటివాఁడు నెరబిరు దైనన్
ఘట్టనఁ గావించెద నని
బెట్టిదములు పలుకుఁ గాక పిఱికియు నగునే.61

62-క.ఎంత పని యైన మైకొని
పంతంబునఁ జేయు నీవు భయమున నకటా
చింతించెదు పలుమాఱును
చింతించుట నీకుఁ దగదు చిత్తజ! వినుమా.62

63-సీ.కలకంఠ గణముల కలనాదములతోడఁగలహంసనాదంబులు గడలుకొనఁగ
అరయ డాకాలి పెండెరము నాదమ్ముతోఝుంకారనాదంబు జడికొనఁగ
భూరి సుందర రాజకీర నాదములతోపెడవింటి నాదంబు సుడిగొనంగ
నందంద చెలరేఁగి యార్చు నాదములతోశర పేద నాదంబు జడలుకొనఁగ

తే. కలిసి వెన్నెల గాయంగఁ గమ్మగాలి
యెలమి వీవంగఁ బూవింటి నెక్కి ద్రోచి
శరము సంధించి యేయుచో శంకరుండు

కల(గు నంగజ మమ్మెల్ల గావు మయ్య.63

64-వ. అని మఱియును బ్రియంబును కఱకును దొరల నాడు దేవేంద్రు వచనంబు వచనంబులకు విహ్వలీకృత మానసుం డై కొంత ప్రొద్దు విచారించి యెట్టకేలకు నొడంబడి "సురేంద్రా! భవదీయ మనోరథంబు సఫలంబు(జేసెద" నని పల్కి మఱియు ని ట్లనియె.64

65-ఉ."బంటుతనంబు పెంపెస(గ(బచ్చనికార్ముక మెక్కుపెట్టి యా
యొంటరి యాన యట్టి శివ యోగసముద్రము నాదు కోలలన్
రెంటలు చేసి శీఘ్రమున నిక్కముగా(జలికొండకూతు పు
ట్టింటికి గౌరి వెట(జన నీశునితో(బఱతున్ సురాధిపా!"65

66-వ. అనిన విని పురంద రాది దేవ గణంబులు బహు ప్రకారంబుల నంగజాతుని వినుతించి వీడ్కొల్పిన నత్యంత కర్మపాశ బద్ధ మానసుం డై నిజ మందిరంబునకుం జనియె. కందర్పు(డు రతీదేవికి తా నరిగిన వృత్తాంతంబు చెప్పుట66

67-క.తన నాథు(డు వచ్చుట గని
వినయంబున నెదురు వచ్చి విభుచిహ్నము(దా(
గను(గొని పెదవులు దడపుచు(
దన పతికి రతీలతాంగి దా ని ట్లనియె.67

68-సీ."చిత్తసంభవ! నీదు శృంగార వారశిమూ(గి యున్నది గాని మ్రోత లేదు;
కందర్ప! నీ ముఖకమలము కళ యెల్లనెక్కడ(జొచ్చెనో యెఱు(గరాదు;

మదన! నీ తియ్యని మాటలు చెలరేఁగివింతలై పలుమాఱు వినఁగరావు;

అంగజ! నీ లోచనారవిందంబులుసురిఁగి యున్నవి గాని సొంపు లేదు;68

ఆ. ఎట్టి పనికిఁ దలఁచె నే మని పంపెనో

భూధరారి నిన్ను బుజ్జగించి

విబుధు లెల్ల బంప పెట్టిపై యే పనుల్

సేయ నియ్యకొంటి చెప్పవయ్య."68

69-వ. అని పలికినఁ బ్రాణవల్లభ వదనం బాలోకించి పంచబాణుం డి ట్లనియె.69

70-సీ."నాతి! యిక్కడ నుండి నాకంబుకుం బోయియమరావతీపురం బమరఁ జేరి

దేవకాంతలు రెండుదెసలఁ జూచుచు నుండదేవేంద్రు మొగసాలఁ దేరు డిగ్గి

పోయి నే మ్రొక్కినఁ బొలుపార మన్నించినాకాధినాథుండు నన్నుఁ జూచి

బాలేందుమౌళికిఁ బార్వతికన్నియఁగూర్పంగఁ బుట్టెడు కొమరుచేత

ఆ. దారుణాత్ముండు తారకదైత్యుండు

పేఁగు ననుచుఁ జెప్పి వీడుకొలిపె

వనిత పంపు పూని వచ్చితి నింక దం

డెత్తి పోవలయు నీశుమీఁద."

రతీదేవి శివునిపైఁ బోవల దని మన్మథుని మందలించుట70

71-వ. అనవుడు నక్కాంతాతిలకంబు విస్మయాకుల చిత్త యై మూర్ఛిల్లి తెలువొంది

నగవును గోపంబును దైన్యంబును సుడివడుచుండ ని ట్లనియె.71

72-శా."ఏలా మన్మథ! యిట్లు పల్కఁ దగవా? యీ చందముల్ మేలె? నీ
వేలా మూఢుఁడ వైతి? నీదు మది దా నెచ్చోటికిం బోయె? మి
థ్యాలాపంబులఁ బల్క నీకుఁ దగ భవ్యంబౌ రతి క్రీడయే
కాలారిఁ ద్రిపురారిఁ జేర వశమే? కందర్ప! నీ బోటికిన్.72

73-వ. అదియునుం గాక. 73

74-సీ.నిఖిల ప్రపంచంబు నిర్మించి శోభిల్లుపరమేష్ఠి కంటె నీ బలము బలమె?
మూఁడు పేల్పులఁ బట్టి మూలకుఁ జొనిపినకరివైరికంటె నీ పెరవు పెరవె?
ఘన భీకరాటోపకలితుఁడై వర్తిల్లులయకాలుకంటె నీ లావు లావె?
ఖలదైవములనెల్ల ఖండించి మించినయంతకంటె నీ యరుదు యరుదె?

ఆ. యెట్టి ఘనులఁ బట్టి యెనయంగఁ దలకొని
తెచ్చి విఱిచి త్రుంచి వచ్చినాఁడు
వలదు శంభుతోడ వైరంబు మన్మథ!
యూరకుండి చచ్చువారు గలరె.74

75-చ.కలువలరాజు పువ్వు, కడికంచము బ్రహ్మకపాల, మన్ను వ
న్నెల పులితోలు చీర, పదనిర్మల పద్మము, విష్ణువమ్ము, పే
దలలవిభుండు కంకణము, తప్పని లెంకలు దేవ సంఘనుల్,
సలలిత మ మ్మహామహిమ సర్వము వాని గణింపవచ్చునే.75

76-శా.పుట్టించున్ భువనంబు నల్మొగములన్ బొల్పారఁగా ధాత యై
పట్టై రక్షణ సేయుచుండును సుధాపర్యంకుఁ డై రుద్రుఁ డై
కట్టల్కం దెగటార్చు నిట్లు మఱియు గర్వించి లీలాగతిం
గట్టా యిట్లు మహేశు మీఁద నరుగంగాఁ బాడియే? మన్మథా!76

77-ఉ.ఏమని చెప్పవచ్చు నతఁ డెంతటివాఁ డని పల్కవచ్చు నీ
భూమియు నాకసంబు జలపూరము నాత్మయు నగ్ని గాలియున్
సోముఁడు చండభానుఁ డగు సూర్యుఁడు నాతఁడు దాను బ్రహ్మయుం
దామరసాక్షుఁడు న్నతని తత్త్వముఁ గానరు నీకు శక్యమే?77

78-మ.చదువుల్ మంత్రములుం బురాణ చయముల్ శాస్త్రంబులుం గూడి య
మ్ముదుకం గానఁగ లేక తోఁచినగతిం మోదించి వర్ణించు నా
చదువుల్ పూర్వులు కన్న విన్న తపస్సుల్ బ్రహ్మాండముల్ కుక్షిలో
నుదయం బైనవి గాన న మ్మహిమ దా నూహింప రా దేరికిన్.78

79-శా.కల్లోల ధ్వని మంత్ర జాలములున్, గాయంబు బారీనముల్,
సల్లాలిత్య తతి ద్విజుల్, మణులు నక్షత్రావళుల్ ఫేనముల్,
తెల్లం బైన త్రిమూర్తు లూర్ములు గతుల్, దివ్యప్రభావంబు రం
జిల్లంగా జలపూర సంకుల మహాశ్రీకంఠవారాశికిన్."79

80-వ. మఱియు ని ట్లనియె.80

81-సీ.“భూకాంత తేరును బూవులతేరును;నిర్జరసుభటులు స్గీరభటులు;
కనకాచలము నిల్లు కడు తియ్య నగు విల్లు;మేటి నంది పడగ మీనుపడగ;
బహుమంత్రవాజులు పచ్చని వాజులు;పెక్కు దలల నారి భృంగనారి;
నలుమొగంబుల యంత నవవసంతుఁడు యంతపురుషోత్తముం డమ్ము పూవు టమ్ము;

ఆ. వెలయ రేయుఁ బగలు వెలిఁగించు కన్నులు
తమ్మి కండ్లు; త్రిపురదైత్యకోటి
గురి విట వ్రజంబు గురి; యతనికి నీకు
నేమి సెప్పవచ్చు? నెంత కెంత.81

82-క.నిరుపమ నిర్మల నిశ్చల
పరమ మహాదివ్య యోగభరిత నిజాంతః
కరణుఁడు శివునిం గెల్చుట
విరహులఁ బొరిగొంట కాదు విరహారాతీ!82

83-సీ.ఖద్యోత బృందంబు గర్వింప వచ్చునే పరఁగ దేజః ప్రదీపంబుమీఁద;
పరఁగఁ దేజః ప్రదీపంబు శోభిల్లునే యాభీల ఘోర దావాగ్నిమీఁద;
ఆభీల ఘోర దావాగ్ని పెంపేర్చునేపవలింటి భానుబింబంబుమీఁద;
పవలింటి భానుబింబంబు వెలుంగనేప్రళయకాలానల ప్రభలమీఁద;

తే. ప్రళయకాలగ్ని కోటిచేఁ బ్రజ్వరిల్లు
మంటఁ గలకంఠఁ బరఁగు ముక్కంటిమీఁద;
వ్రాల నేరదు నీ పెంపు దూలుఁ గాని
జితజగజ్జనసంఘాత చిత్తజాత!”83

84-క.అని నేర్పు మెఱసి పలుమరుఁ
దనకుం గడు బద్ధిచెప్పు దామరసాక్షిం
గన కర్మపాశ హతఁ డై
తన సతికి మనోభవుఁడు దా ని ట్లనియె.84

85-మ."బలభేద్యాది సురాళితోఁ బలుకు నా పంతంబు చెల్లింప ను
త్పలగంధి తలఁపొందె గాని యతఁ డీ బ్రహ్మాండభాడావళల్
కలఁగం జేయు సదాశివుం డని యెఱుంగం జాలుదుం జాలునే
కలకంఠీరవ! కంబుకంఠి! శివు వక్కాణింప నిం కేటికిన్."85

86-వ. అని పల్కి మరుండు మదాంధ సింధురంబునుం బోలె నతులిత మదోద్రేక్రమానసుం
డై త దవసరంబున.86

87-క.ఖండేందుధరునిమీఁదను
దండెత్తఁగవలయ ననుచుఁ దన బలములఁ బి
ల్వుం డని కాలరి తమ్మెద
తండములన్ మరుఁడు పంపెఁ దద్దయు వేడ్కన్.87

88-ఉ.పంపినఁ గాలరు ల్గదలి పంకజరేణువు రేగునట్లు గా
వింపుచుఁ బోయి జు మ్మరని పిల్చినఁ ద ద్బలముల్ చెలంగఁగాఁ
గంపితులై పతిం గొలువ గ్రక్కున నప్పుడు వచ్చి రోలి మైఁ
దెంపును సొంపు గ్రాలఁ గడు దీవ్ర గతిం రతినాథుఁ గానగన్.88

89-క.వనములఁ గొలఁకులఁ దిరిగెడి
ఘన కోకిల కీర భృంగ కాదంబ తతుల్
చనుదెంచి కొల్చె పశ్చిమ
ఘనతర శైలార్కతేజుఁ గామనిఁ గడఁకన్.89

90-వ. అ య్యవసరంబున.90

91- సీ.బలము నేర్పులతోడఁ బన్నించి తెం డని; పడవాలు కోకిల పంక్తిఁ బంపె;
భేరీ మృదం గాది చారు నాదంబులు; నెనయఁ దుమ్మెదల మ్రోయింపఁ బంపె;
రాకీరములఁ గట్టి రథ మాయితము సేయ; సంగడికాని వసంతుఁ బంపె;
మహనీస మగుచున్న మన బలంబుల నెల్ల; గమనింపు మని కమ్మ గాలిఁ బంపె;

ఆ. మేలు బలమువాఁడు మీనుటెక్కమువాఁడు
నిఖిల మెల్లఁ గలఁచు నేర్చువాఁడు
పచ్చవింటివాఁడు పరగఁ బల్పువుటమ్ము
గలుగువాఁడు ప్రౌఢగతులవాఁడు.91

92-క.తన తేజము తన బలమును
తన గర్వము తన మదంబు దన సంపదయున్
ఘనతరముగ నచ్చెరువుగఁ
పనిగొని పరమేశుమీఁదఁ బైనంబయ్యెన్.92

93-వ. అంత93

94-సీ.కమలషండము నున్న(గాఁ జేసి యిరుసుగాఁగావించి కెందమ్మికండ్లఁ గూర్చి;
తగ నించు మోసుల నొగలుగాఁ గావించికర మొప్పఁ గేదెఁగికాడి పెట్టి;
సంపెంగమొగ్గల చనుగొయ్య లొనరించిపల్లవంబులు మీఁదఁ బఱపుఁ జేసి;
చెలువైన పొగడదండలచేత బిగియించియెలదీఁగె పలుపులు లీలఁ జొనిపి;

ఆ. తెఱఁగు లరసి పువ్వుతేనెఁ గందెన పెట్టి;
గండురాజకీరగములఁ గట్టి;
మెఱయ చిగురుగొడుగు మీనుటెక్కము గ్రాలఁ
దేరు బన్ని సురభి తెచ్చె నపుడు.94

95-వ. ఇట్లు మహిమాతిశయం బగు సుమరథం బాయత్తంబు చేసి వసంతుఁ డనంత వైభవంబున నంగసంభవుం గాంచి "దేవర యానతిచ్చిన విధంబునఁ దే రాయత్తంబు చేసి తెచ్చితి; నదియునుం గాక పిక మధుర మరాళ సేనా నాయకుల దండు గండు మొనలై రతీంద్రా! నీ రాక గోరుచు మొగసాల నున్నవా" రని విన్నవించిన నవధరించి పురారాతిమీఁద దండు గమకించి మెయి వెంచి విజృంభించి సమంచిత పుష్ప బా ణానన తూణీర సమేతుండును; ద్రిభువన భవ నాభినవ సుందరుండును; రంగద్భృంగ మంగళ సంగీత పార కానేక నిర్మల మహనీయ నాద మోదిత మానసుండును; భూరి కీర కైవార నిజ గు ణాలంకారుండును; కలహంస నాద గణ పరివృతుండును; నగణ్య పుష్ప రథారూఢుండును; జగన్మోహనుండును; నగోచర చారు శృంగారుండును; హార కేయూర మణిమకు టాభిరాముండును; రమణీయ రతిరామా సంయుతుండును; కలకంఠ కీర సే

నాధిష్ఠితుండును; బల్లవ ఛత్ర చామర కేత నాలంకృతుండు నై నభోభాగంబునం బోవు

చుండె న య్యవసరంబున.95

96-మ.కనియెం గాముఁడు మాతులుంగ కదళీ ఖర్జూర పున్నాగ చం

దన జంబీర కదంబ రంభ ఫలినీ దాడీమ మందార కాం

చన నాగార్జున బింబ కంటక ఫ లానంత ప్రవాళావళీ

వన సంరంభము శీతవంతమును శర్వాణీ ప్రియోపాంతమున్.96

97-వ. కని య మ్మా వనంబు దరింయ జొచ్చి. 98-సీ.తన మనోవీథి పై దర్పంబు

రెట్టించి;చెన్నొంద పెడవిల్లుఁ జేతఁ బట్టి; దట్టపు మొల్లలు తలజొమ్మికము పెట్టి;సొంపారఁ

బూవులజోడుఁ దొడిగి; తన బలంబుల నెల్ల మొనలుగాఁ గావించి;కలువలు తూణీరములు

ధరించి; యక్కజముగ మీన టెక్కె మెత్తించి; రాచిల్కల తేరెక్కి; చివురు గొడుగు ఆ.

బాలకోకిలంబు బట్టంగఁ గడుపేడ్కగీర చయము తన్నుఁ గీర్తి సేయ గమ్మగాలితోడఁ గదన

సన్నద్ధుఁ డై కాముఁ డేగె సోమజూటు కడకు.97

98???????

99-వ. ఇ వ్విధంబున నత్యంక సమ్మదంబున సకల సన్నాహ బల పరి వృతుం డై

నిదురబోయిన పంచాననంబు నందంద మేలుకొలుపు మదగజంబు చందంబున

నిందిరానందనుండు నిరుపమ నిర్వాణ నిర్వంచక నిర్విషయ నిరానంద మానసుండును;

సకల బ్రహ్మాండ భాండ సందోహ విలంబిత నిర్మల పరమ భద్రాసీన దివ్య యోగ ధ్యాన

సంతత భరి తాతంరంగుండును; నిర్గుణుండును; నిర్వికారుండును నై తన్నుం దాన

తలపోయుచు నశ్రాంత సచ్చిదానంద హృదయుం డగు న మ్మహేశ్వరుం గాంచి యల్ల

నల్లన డాయం బోయి తదీ యాభిముఖుం డై మనోభవుండు.99

100.లగ్రా.ఇంచువిలుకాఁడు పెస నించువిలుఁ జూచి మెయిఁ; బెంచి తమక మ్మినుమడించి గుణముల్మో

యించి దివిజారి నలయించి విట చిత్తములు; చించి పువుటమ్ము మెఱయించి కడిమిన్ సం

ధించి శివు సేయఁ గమకించి తన చిత్తమునఁ; బంచముఖు మానస సమంచితము నాలో

కించి వెఱఁగంది గుఱి యించుకయుఁ గానక చ;లించి నిలిచెన్ గళవళించి భయవృత్తిన్.100

101-మ.విలు జూచున్ పెలి జూచుఁ జూచు సురలన్ విశ్వేశ్వరుం జూచుఁ గొం

దల మందుం దలపోయఁజొచ్చుఁ గడిమిన్ దర్వీకరాలంకృ తో

జ్జ్వల విభ్రాజిత నిత్య నిర్గుణ తపోవారాన్నిధం జెచ్చెరం

గలపం జూచుఁ గలంపలేక తలకుం గామండు నిశ్చేష్టుఁడై.101

102-కలంత శివార్చన సేయగఁ

గాంతాతిలకంబు శైలకన్నియ వచ్చెన్

కంతునిదీపమొ యనఁగా

నెంతయు లావణ్యమున మహేశ్వరుకడకున్.102

103-క.గిరినందన డాయం జని

యరుదుగ మఱి పూజసేయ న త్తఱి మౌళిన్

గిరిజ కరంబులు సోఁకినఁ

బరమేశుని చిత్త మెల్లఁ బరవశ మయ్యెన్.103

104-వ. ఆ సమయంబున.104

105-శా.టంకార ధ్వని నింగి నిండ వెడవింటం పుష్పబాణంబు ని

శ్శంకం బూని సురేంద్రు కిచ్చిన ప్రతిజ్ఞా సిద్ధి గాఁ జేసి తాఁ

గింక న్వి ల్లెగఁ దీసి గౌరి శివునిం గేలెత్తి పూజించుచో

హుంకరించుచు నీశు నేసె మదనుం డుజ్జృంభ సంరంభుఁడై.105

106-క.మదనుం డేసిన బాణము

హృదయంబునఁ గాడి పార నీశుఁడు దన్నున్

చెదరించె నెవ్వఁ డక్కడ

మదచిత్తుఁడు ఘోరకర్మ మానసుఁ డనుచున్.106

107-క.???????ఏసియు నంతటఁ దనియకభాసిలి వెండియును బుష్పబాణము నారిం

బోసిన మానససంభవు

నీశుఁడు గను విచ్చి చూచె నెవ్వఁ డొ యనుచున్.107

108-వ. ఇట్లు చూచిన.108

109-మ.కులశైలంబులు భేదిలన్ జల నిధుల్ కోలాహలంబై వెసం

గలఁగన్ దిక్కులు ఘూర్ణిలన్ జగము లాకంపింప విశంభరా

స్థల మల్లాడ నభస్థలిం గరుడ గంధ ర్వామ రాధీశ్వరుల్

పలుమాఱుం బెగడొంద(జుక్క లురలన్ బ్రహ్మాదులున్ భీతిలన్.109

110-క.భుగభుగ యను పెను మంటలు

భగభగ మని మండ నంత బ్రహ్మాండంబున్

దిగుదిగులు దిగులుదిగు లన(

దెగి మరుపై(జిచ్చుకన్ను దేవు(డు విచ్చెన్.110

111-క.దిక్కు లెఱ మంట(గప్పెను

మిక్కిలిగా మింట నెగయు మిడు(గురు గములున్

గ్రక్కదలి రాల వడిగా(

జుక్కలు ధర(బడ(గ మింట సురలుం గల(గన్.111

112-వ. అంత.112

113-సీ.కలహంసములతోడ గండుగోయిలలతో;మేలైన కమ్మ దెమ్మెరల తోడ;

చిలుకల గములతో నలరుల తేరుతో;శరము పూన్చిన శరాసనముతోడ;

పుష్పహారములతో(బుష్పవస్త్రములతో(దనరారు మకరకేతనముతోడ;

పువ్వులజోడుతో(బువ్వులదొనలతో(గొమరారు చిగురాకుగొడుగుతోడ;

ఆ. మఱియు(దగినయట్టి మహితశృంగారంబు

తోడ(గూడి వేగ(దూలి తూలి

శివుని నుదుటికంటి చిచ్చుచే సుడివడి

పంచవింటిజోదు భస్మమయ్యె.113

114-క.“ఓహో దారుణతమ మిది
యాహో మరుఁ డీల్గె నీల్గె” నని శివమదనో
గ్రాహవము చూచి మింటను
హాహానాదంబు లిచ్చి రమరేంద్రాదుల్.114

115-వ. మఱియు న య్యవసరంబున ఫాలలోచనాభీలపావక కరాళజ్వాలావళీ పాత భస్మీభూతుం డై చేతోజాతుండు దెగుటఁ గనుంగొని విస్మ యాకుల చిత్త యై యతని సతి యైన రతీదేవి జల్లని యుల్లంబు పల్లటిల్ల నొల్లంబోయి మూర్ఛిల్లి యల్లన తెలివొంది శోకంపు వెల్లి మునింగి కలంగుచుఁ దొలంగరాని బలు వగల పాలై తూలుచు వదనంబును శిరంబును వదనగహ్వరంబు నందంద మోదుకొనుచు మదనుండు వొలిసిన చోటికి డాయం బోయి యిట్లని విలపింపం దొడంగె.115

116-ఉ.“హా వలరాజా! హా మదన! హా మధురాయత చారులోచనా!
హా విటలోక మానస నిరంతర తాప లసత్ప్రతాప!
హా వనజాతనేత్ర తనయా! యెట డాఁగితి? నాకుఁ జెప్పుమా
సేవిత మైన నీ బలము చెల్వము మంటలలోన దాఁగెనో?116

117-శా.కట్టా దేవర కంటి మంటలు నినుం గారించుచో మన్మథా!
చుట్టాలం దలిదండ్రులం దలఁచితో శోకంబునుం బొందితో
పట్టంజాలని శోకవార్థిఁ బడి నీ ప్రాణేశ్వరిం బిల్చితో?
యెట్టుం బోవఁగ లేక మంటలకు నై యేమంటివో? మన్మథా!117

118-ఉ.గ్రక్కున రావె నా మదన! కావవె నా వలరాజ! నన్ను నీ
చక్కఁదనంబు మోహమును శౌర్యము నేఁగతిఁ దూలిపోయె నీ
వెక్కడఁ బోయి తింక నది యెక్కడ నున్నది బాపదైవమా!
అక్కట! చెల్లఁబో! కటకటా! యిది వ్రాఁత ఫలంబు తప్పునే?118

119-సీ.పొరిఁబొరిఁ బుంఖానుపుంఖంబు లై తాఁకుపుష్పబాణము లెందుఁ బోయె నేఁడు;
ఈరేడు జగము నేపుమైఁ గరగించుకడిఁది యెచ్చట దూలిగ్రాఁగె నేఁడు;
కాముక వ్రాతంబు గర్వంబు గటళించుటంకార రవ మెందు డాఁగె నేఁడు;
విటుల గుండెలలోన విదళించు చిగురాకుసంపెటప్రే టెందు సమసె నేఁడు;

ఆ. నిన్నుఁ గాన నిపుడు నీ పెందుఁ బోయితీ
ప్రాణనాథ! నన్ బాయఁ దగునె
విరహి చిత్త చోర! విఖ్యాత సుకుమార!
అమర శైలధీర! హరికుమార!119

120-క.వారక నిఖిల జనంబుల
నీరసమున సతులఁ బతుల నేచి కలంపన్
నేరిచి శివునిఁ గలంపఁగ
నేరువలే పైతి మదన నిన్నే మందున్.120

121-శా.తల్లిందండ్రియుఁ దాతయుం గురుడునుం దైవంబు నా ప్రాణమున్
ఉల్లం బందున నీవె కాఁ దలఁచి నే నొప్పారగాఁ ని య్యెడన్
జెల్లంబో నిను నమ్మి యుండఁగను వే శ్రీకంఠుపై వచ్చి నీ

పొల్లై పోవుట నే నెఱుంగుదునె నీ పుణ్యంబు లి ట్లయ్యెనే.121

122-ఉ.తల్లులు పుణ్యగేహినులు దండ్రులు పుణ్యజనంబు లంచు నా
యుల్లము నందు నేఁ దలతు నో సురగేహినులార! మీరు నా
తల్లులు నేను గూఁతురను ధర్మపునేములదానఁ గాన మీ
యల్లుని నిచ్చి న న్మరల నైదువఁ జేయరె మీకు మ్రొక్కెదన్.122

123-ఉ.దేవతలార! మీ కొఱకు ధీరగతిం పెడవింటిజోదు దా
దేవరచేతఁ జచ్చె వనదేవత లెల్లను సాక్షి నాకు నా
దేవర మీకు నీఁదగవు తెల్లముగా శివుఁ గొల్చి యిచ్చి నన్
గావరె ప్రోవరె వగపు గ్రక్కునఁ బాపరె మీకు మ్రొక్కెదన్123

124-ఉ.ఏ వలరాజు భార్యను, నుపేంద్రుని కోడల శంభుచేత నా
దేవరఁ గోలుపోయి కడు దీనత నొందుచున్నదానఁ రం
డో వనవీథి నున్న ఖచరోత్తములార! దిగీంద్రులార రం
డో వనవాసులార వినరో మునులార! యనాథవాక్యముల్.124

125-సీ.పురుష బిక్షము పెట్టి పుణ్యంబు సేయరేతపము సేయుచునున్న తపసులార!
ధర్మ మెంతయు భర్తృదానంబు సేయరేదివి నున్న యింద్రాది దివిజులార!
నా వల్లభుని నిచ్చి నన్ను రక్షింపరేతలలెత్తి చూచి గంధర్వులార!
దిక్కుమాలినదాన దిక్కయి కావరేధర్మమానసు లగు తండ్రులార!

తే. అమర శరణంబు వేడెద నన్నలార!
అధిపుఁ గోల్పడి కడుదీన నైనదానఁ

గరుణఁ గావంగ నింక నెవ్వరును లేరు
పుణ్య మౌను మొరాలించి ప్రోవరయ్య.125

126-శా.రారే; యేడుపు మాన్పరే; మధురిపున్ రప్పింపరే; కావరే;
పోరే కు య్యెరిగింపరే సిరికి నా పుణ్యంబు విన్పింపరే;
తేరే దేవర పేడి నా పెనిమిటిన్ దీర్ఘాయుషోపేతుగా
నీరే మంగళసూత్ర బంధనము మీ కెంతేని పుణ్యం బగున్.126

127-సీ.పరమేశుఁ డనియెడి పడమటి కొండపైఁగసుమబా ణార్కుండు గ్రుంకె నేఁడు
గౌరీశుఁ డనియెడు గంభీర వార్ధిలోనరిగి మన్మథ కలం బవిసె నేఁడు
ఫాలాక్షుఁ డనియెడి బడబానలములోనఁగంధర్వ కాంభోధి గ్రాఁగె నేఁడు
మలహరుఁ డనియెడు మహిత మార్తాండుచేమద నాంధకారము మ్రగ్గె నేఁడు

ఆ. నేఁడు మునుల తపము నిష్కళంకత నొందె
నేఁడు యతుల మనసు నిండి యుండె
నేఁడు జగము లెల్ల నిర్మలాత్మక మయ్యె
నేమి సేయ నేర్తు నెందుఁ జొత్తు.127

128-చ.అటిముటిఁ జిన్ననాఁడు చెలులందఱు గొల్వగఁ గూడియాడ నీ
చిఱుతది పుణ్యకాంత యని చేతుల వ్రాతలు చూచి పెద్ద లే
మెఱుగుదు మంచు చెప్పుటలు యెంతయు తథ్యము గాకపోవునే
యెఱుకలు మాలి పోఁ బిదప నే విలపించుట తెల్లమయ్యెఁ బో.128

129-సీ.????????ఉచిత మార్గంబున నుపలాలనము జేసియెలమి రక్షించువా రెవ్వ
రింకఅటవారు నిటవారు న య్యేడుగడయు నైయెలమి నన్నేలువా రెవ్వ రింకలీల నర్థించిన
లే దని పలుకకయిష్టంబు లిచ్చువా రెవ్వ రింకకర్ణంబులకు నింపు గా నిష్ట
వాక్యంబులేపారఁ బల్కువా రెవ్వ రింకఆ. నేఁడు నాథ! నీవు నీ ఱైన పిమ్మట
తివిరి నన్నుఁ గావ దిక్కు లేమి
తలఁపులోనఁ దలఁపఁ దగ దయ్యె చెల్లబో
వీరమాకళత్ర విష్ణుపుత్ర!129

130-క.అంగజ! నే నను మాటలు
వెంగలి యై వినవె కాక వేగమ నీకుం
సంగరరంగములోపల
గంగాధరుఁ గవయఁ దరము గాదంటిఁ గదే.130

131-మ.కొలదిన్ మీఱిన శంభు యోగ శరధిం గుప్పింప రాదంటిఁగాఁ
గలలో నైనను నొప్పనంటి భవుఁ దాఁకన్ వద్దు వద్దంటి దు
ర్బల మై యూరక వచ్చి శూలి రుషకుం బాలైతివే యక్కటా
తొలి నే నోచిన నోము లిప్పుడు భవద్దూరంబు గావించెనే.131

132-సీ.ఎప్పుడు గోపించి యెనయంగ యోగంబుమానునో యీయంగ మాయ గొంత
యెప్పుడు మరుని దా నీక్షించి తెలిసెనోధృతిఁ బుట్టువులు లేని తిరిపజోగి
యెప్డు విజృంభించి యెఱమంట లెగయంగముక్కన్ను దెఱచెనో ముదుకతపసి
యెప్పుడు గృపమాలి యెప్పడు గాల్చెనోకులగోత్రములు లేని గూఢబలుఁడు

ఆ. అనుచు నెంత వైర మనుచు నెద్దియుఁ జూడ

డనుచు మదనువనిత యవనిమీఁద
మూర్ఛవోయి తెలిసి మోమెత్తి బిట్టేడ్చెఁ
గడఁగి శోకవార్ధి గడలుకొనఁగ.132

133-వ. మఱియు నత్యంత దురంత సంతాప చింతాక్రాంత యై అంత కంతకు న
క్కాంతాతిలకంబు మహాశోకవేగంబున.133

134-??????సీ.మెఱుఁగుఁదీఁగెయుఁ బోలు మైదీఁగె నులియంగపదపడి వలికి లోఁ
బొదలుపెట్టు
కోకద్వయముఁలోని కుచకుంభములు గందనలినాక్షి కరతాడనంబు సేయు
నీలాలగతిఁ బోలు నీలంపు టలకలుముడివడ యూచి మ మ్ముదిత యేడ్చు
కల్హారములఁ బోలు కన్నులు గతిచెడఁగమలాక్షి కడు నశ్రుకణము లొలుకతే.

ఇంతి విలపించు నత్యంత మేడ్చుఁ బొక్కు
నధిప చనుదెంచి కావవె యనుచుఁ జివుకు
స్రుక్కు మూర్ఛిల్లు దెలివొందు సురలఁ దిట్టు
మగువ యెంతయు సంతాప మగ్న యగుచు.134

135-వ. తన మనంబున ని ట్లనియె.135

136-మ.నిను వే భంగుల బాయఁ జాల వనితా! నిర్భేద మం దేమియు
న్మన ప్రాణంబులు రెండు నొక్కటి సుమీ నారీమణి! నమ్ముమీ

యని కావలించిన బాస లన్నియు గల్లయ్యెం గదా లక్ష్మీనం
దన! యెవ్వారికి నైన దైవఘటనల్ తప్పింపఁగా వచ్చునే.136

137-క.అని విలపించుచుఁ గుందుచుఁ
దన చేరువ నున్న యట్టి తాపసవర్యున్
ధననాథమిత్రు నీశ్వరుఁ
గనుఁగొని శోకాతురమునఁ గన్నియ పలికెన్.137

138-క."తగు నంబిక శంభునిఁ గని
తగ మి మ్మిద్ధఱను గూర్పఁ దగు న మ్మరుపైఁ
బగమీఱఁ గృపఁ దలంపఁకతెగఁ జిచ్చెరకన్ను మీకుఁ దెరువం దగునె.138

139-క.తొలి నీవు దుష్టజనులం
బొలియింతువు లోకపతులఁ బోషింతువు నిం
దలఁ బొందవు మరు నిట్టులఁ
బొలియించుట నాదు నోము పుణ్యము రుద్రా!139

140-క.యేచిన మన్మథు దశశత
లోచనుఁ డిటు దెచ్చి నీదు లోచన వహ్నిం
ద్రోచెనె యిటుగా నోచితి
యీ చందము లైన నోము లిప్పుడు రుద్రా!"140

141-క.అను మాటలు విని శంభుఁడు
తన మది నీ వనిత శోకతాపాకుల యై

తను నే మని యాడునొ యని
చనియెన్ శీఘ్రమున రజతశైలముకడకున్.141

142-వ.అంతఁ గంతు చెలికాఁడు వసంతుం డి ట్లని విలపింప దొణంగె.142

143-ఉ.“సంగతితోడ నా వలచుజాణఁడు పాంథజనాపహారి నా
సంగడికాఁడు న న్వలచు చల్లని యేలిక దేవతార్థ మీ
జంగముమీఁద వచ్చి బలసంపద నాతని కంటి మంటలన్
సంగరభూమిలో మడిసె జయ్యన దేహముఁ బాసి దైవమా!143

144-ఉ.శంకర జోగిఁ దెచ్చి సమసార నివాసునిఁ జేయ కున్నచో
నంకిలిగల్లు నీ జగము లన్నియు నిర్జర కోటితోడ నే
వంకకు వ్రాలు నంచు సురవల్లభుఁ డక్కట తన్నుఁ బంప మీ
నాంకుఁడు వచ్చి నేఁడు త్రిపురాంతకుచే దెగటారెఁ జెల్లఁబో.144

145-క.మానిని మదనుని యుద్ధము
గానంగా నేర నైతి కాముఁడు రాఁగన్
దా నేల పాసిపోయితి
భూనుతగుణహారుఁ గోలుపోయితి నకటా.”145

146-క.అని యామని విలపింపఁగ
గని తూలుచు మోదికొనుచుఁ గడు వగతోడన్
మనసిజవల్లభ మఱి దా

వీరభద్ర విజయము బమ్మెర పోతన

విను మని యామినికిఁ బలికె విపు లాతుర యై.146

147-క."అన్నా నీ చెలికాఁ డిటు
వెన్నెలధరుమీఁద వచ్చి వేఁగుట నీకున్
బన్నుగ నెవ్వరు చెప్పిరి
కన్నారఁగ నట్టివేళ గాంచికొ లేదో.147

148-క.తారకు తపో మహత్వము
నారయ దేవతలు నతని యానందంబున్
గౌరీనాయకు కోపము
కోరిక మరుఁ బట్టి భుక్తిఁ గొనియెం జుమ్మీ.148

149-ఆ.ప్రాణనాథుఁ బాసి ప్రాణంబు నిలువదు
పోవవలయు నాకుఁ బోవకున్న
సురభి! యింక నీవు సొదఁ బేర్చుఁ వేవేగఁ
జిచ్చుఁ బొత్తు గాముఁ జేరవలసి.149

150-క.అనల ముఖంబున సతులకు
ననుగమనము చేసి దివికి నధిపుఁడు దానుం
జనుట మహాధర్మం బని
వినిపించెడి బుధుల మాట వినవే చెపుమా.150

151-వ.అనిన వసంతుండు ప్రలాపించు తదీయ ప్రకారంబుల విచారించి సముచిత
ప్రకారంబున ని ట్లనియె.151

152-సీ."యేల ని ట్లాడెద వేకచిత్తంబున నా మాట విన వమ్మ నలిననేత్ర!
గౌరినాయకుఁ డింక గౌరీ సమేతుఁ డై సుఖ మున్న నింద్రాది సురలు వచ్చి
నీ ప్రాణనాథుండు నిష్పాపుఁ డని చెప్ప మరలను బడయు దీ వరుదుగాఁగ
అదిగాక మన్మథుం డమరుల పంపునజెడినవాఁడును గానఁ జెప్పి బలిమి

ఆ. విబుధు లెల్ల విన్నవించిన పరమేశ్వ
రుండు భక్తవత్సలుండు గాన
పంచబాణు నిచ్చు భావింపు మి మ్మాట
వెలఁది! నమ్ము నీవు వేయు నేల."152

153-క.అని పలికిన పలుకులకును
ననుగుణ మై యీ ప్రకార మగు నిజ మనుచున్
వినువీథి నొక్క నినదము
ననుగుణముగ మ్రోసె జనుల కాశ్చర్యముగన్.153

154-వ.ఇట్లు పలికిన గగనవాణి పలుకులును వసంతు పలుకులును నాలించి రతీదేవి
యి ట్లనియె,154

155-ఉ."ఎచ్చటి నుండి యిందుధరుఁ డిప్పుడు పార్వతిఁ గూఁడుఁ గూఁడెఁటో
యిచ్చునె మన్మథుం దివిజు లెప్పుడు చెప్పుదు రిట్టి వాక్యముల్
మెచ్చునె లోకముల్ వినిన మేదినిఁ జచ్చిన వారు వత్తురే

చెచ్చెర నిప్పు డీ బయలు చెప్పిన మాటలు నమ్మవచ్చునే.155

156-ఉ.ఏల దురాశ వో విడువు మెన్ని తెఱంగపల నైన శోకసంకుల చిత్త నై విధవ నై గతిమాలిన దీనురాల నై
తూలుచుఁ గాలుచు న్వగల దుస్థితిఁ బొందఁగం జాలఁ బావకజ్వాలలఁ జొచ్చి నా హృదయవల్లభు మన్మథుఁ గానఁ బోయెదన్."156

157-వ.అని బహుప్రకారంబుల రతియును వసంతుండును దమలో నుచి తాలాపంబులు పలుకుచున్న సమయంబున.157

158-ఉ."ఏల? మృగాక్షీ! నా పలుకు లేటికి? నమ్మవు శూలి కొండరా
చూలి వివాహ మైన యెడ శోభన మంగళ వృత్తి నున్నచో
వేలుపు లెల్ల నంగజుఁడు వేఁగుటఁ జెప్పినఁ గాముని నిచ్చు నా
నీలగళాంకుఁ డీ విధము నిక్క మటంచు నభంబు మ్రోయుఁడున్.158

159-క.మింట నశరీరవాణియుఁ
దొంటి విధంబునను బలికెఁ దోయజనేత్రీ!
వింటివె నీ నాయకుఁ డే
వెంట న్మరలంగ వచ్చు వికచాబ్జముఖీ!159

160-వ.అని మఱియు ననేక విధంబుల నూరడించి వసంతుని పలుకు లగుం గాక యని నత్యంత విహ్వల చిత్తంబున.160

161-క.సతతంబు నతుల వేదన

మతి బొందుచు హృదయకమల మధ్యము నందున్

బతిఁ దలఁచి చింత సేయుచు

రతి దా వర్తించె నొండు రతి లేని గతిన్.161

162-??????ఉ.కాముని బిల్చి పెద్దయును గౌరవ మొప్పఁగ బుజ్జగించి సు

త్రాముఁడు శంభుపై బనుప దర్పకుఁడుం జనుదెంచి యేయుచో

సోమకళా వతంసుఁడును స్రుక్క మూఁడవ కంటి చూపునన్

గాముని నీఱు సేయుట జగంబుల మ్రోయుటయు న్న ఖండమై.

హిమవంతుడు తన యింటికి గూతుం గొనిపోవుట162

163-??????శా.అంతన్ గొండలరాజు నెమ్మనములో నా వార్త యాలించి పే

సంతాపంబునఁ జిన్నవోయి చని తా సర్వేశ్వరుం గాన కత్యంతాదోళవిచార యైన తనయ

న్దా వేగఁ గొంపోయె న

క్కాంతారత్నము తండ్రి దోకొని చనంగా నేఁగె శీతాద్రికిన్.163

164-క.ప్రమదంబునఁ దలిదండ్రులు

కమలాక్షిఁ జెలుల నిచ్చి గౌరతసేయం

హిమవంతు పట్టణంబునఁ

గమలానన గౌరి కొంతకాలము గడపెన్.164

165-వ.అంత నొక్కనాఁడు పరమేశ్వరుండు కైలాసంబున సుఖంబుండి గౌరీ దేవిం దలంచి ప్రేమచేసి యుండు టెఱింగి నిజాంతర్గతంబున.శంకరుఁడు వెలఁది యై శీతాచలంబునకు వచ్చుట165

166-ఆ.గౌరిమీఁదఁ బ్రేమ కడు నంకురింపంగ
సమ్మదంబుతోడ సంభ్రమించి
అద్రిరాజు వీటి కరుగుదునో యని
తలఁచె దృఢము గాఁగ మలహరుండు.166

167-వ.ఇట్లు తలంచి.167

168-క.ఏ వెంట నరుగవచ్చును
యే వెంట లతాంగిఁ జూతు నిందువదనతో
నే వెంట మాటలాడుదు
నే వెంట మృగాక్షిఁ గదియ నెంతయు నొప్పున్.168

169-వ.అని విచారించి.169

170-సీ.కాకోదరాధీశ కంకణంబులు దాఁచిశంఖ కంకణములు చాలఁ దొడిగి;
సామజదనుజేంద్ర చర్మాంబరము దాఁచి కమనీయ కనకాంబరమును గట్టి;
గంగా నిశానాథ కలిత జూటము దాఁచి కుఱుపెండ్రుకలు గల కొప్పువెట్టి;

పావకరాజిత ఫాలభాగము దాఁచి తిలకంబుతో ఫాల మలరుఁ జేసి;

ఆ. భూతి దాఁచి పసపు పూసి త్రిశూల హ
స్తంబు దాఁచి చేత సజ్జ యమర
పెలఁది మేనఁగల్గు వీరుఁడు పెలఁది యై
యెఱుక యెఱుక యనుచు నేఁగుదెంచె.170

171-వ.మఱియును.171

172-సీ.కడు నొప్పు దిశ లెల్ల గనకంబు గావించు తాటంకరోచులు దనరు చుండ
చనుదోయిపైఁ గ్రాలు శంఖహారవళి పయ్యెదలోపల బయలుదూఁగ
సందిట నిఱికిన సజ్జయ రమ్య మై రత్న పేటికభంగి రమణ మెఱయ
యన్నువ యగు మధ్య మల్లల నాడంగ నడుగిడ యానంబు తడబడంగ

ఆ. చిలుకపలుకు లొప్ప సీసముత్యము లొప్ప
నతివరూపు దనకు నచ్చుపడఁగ
మంచుకొండపురికి మలహరుఁ డేతెంచె
మింతులార! యెఱుక యెఱుక యనుచు.172

173-వ.ఇట్లు మాయా వేషధారి యై హిమవంతుఁ బట్టణంబున కరుగు దెంచి యందు.173

174-క.మహిలో జనములు వొగడఁగ

బహువిధముల నెఱుక చెప్పి ప్రౌఢతనమునం

దుహినగిరి కరిగి చేరువ

విహితంబుగ నెఱుక యనుచు వెలఁది చెలంగెన్.174

175-ఉ.చంచలనేత్రి గౌరి యొక సౌధముపై చెలిఁగూడి తా వినో

దించుచు నయ్యెలుంగు విని తేటపడంగ సఖీలలామతోఁ

బంచశరారిఁ గూడఁ గను భాగ్యము నాకు లభించు నట్లు గా

వించునొ చూత మీ యెఱుక వల్లభ నే నడుగంగఁ బోలునే.175

176-వ.అని విచారించి.176

177-ఉ.సమ్మదముం గుతూహలము సంభ్రమముం జనియింప న వ్వినో

దమ్ములు గౌరి మాని యొక తన్వి కరాబ్జము పట్టి తద్గవా

క్షమ్ముల వెంటఁ జూచి రభసంబునఁ జేరువ రాజవీధులం

గ్రుమ్మరు ప్రౌఢ నా యెఱుకఁ గోరికఁ గన్గొనియెన్ లతాంగి దాన్.177

178-వ.అట్లు గాంచి.178

179-ఉ.ఈ ముఖపంకజంబు రుచు లీ నయనోత్పలపత్ర నిర్మలం

బీ మెయిచాయ లీ నగవు లీ మురుపెంబులు నీ విలాసమున్

గామినులార! యెందు మఱి కల్గఁగ నేర్చునె తొల్లి బాపురే

సామజయాన యీ యెఱుకసానికిఁ దాఁ జెలుఁ వింత యొప్పునే.179

180-క.పిలువుఁడు ప్రౌఢ నిచటికిన్

గల సందేహముల నడుగఁగావలయు పెసన్

గలుగుట లేకుండుట నీ

వెలఁది గదా మన తలంపు వివరము సేయన్180

181-వ.అని మఱియు ని ట్లనియె.181

182-క.వాలాయము పిలిపింపుఁడు

నీలాలకలార! రండు నేరుపుతోడన్

శైలేంద్రుఁ డెఱుఁగకుండగ

నీ లలనామణిని గొనుచు నిచటికి వేగన్.182

183-చ.అనవుఁడు నెందఱేని గమలాక్షులు వేగము పోయి వీధికిన్

జని "గిరిజాత యో యెఱుకసాని! నినుం బిలువంగఁ బంచె వే

పనివిను" మన్న సందియము వల్కుచు నేఁగిన గౌరి పంపునన్

గొనకొని కన్యకామణులు గొందఱు డగ్గఱ నేఁగి యి ట్లనున్.183

184-మత్త."ఏల పోయెదు నిల్వవో ధరణీధ్రకన్యక పిల్వఁగాఁ

బోలునే యిటు ద్రోచిపోవఁగ బోకు మొక్కటి చెప్పెదన్

చాలు నంతయు నీవు కోరిన సంపదన్ గరుణించు నీ

కాలు నొవ్వఁగఁ బ్రోలిలోఁ దిరుగంగ నేటికిఁ జెప్పుమా."184

185-వ.అనవుడు న క్కపట గామిని యి ట్లనియె.185

186-ఉ."రాజగృహాంతరంబులను రాజతనూజ కెఱుంగఁ జెప్పఁగా
రాజును రాజసుందరియు రాజనిభాననలార! నన్ను నే
యోజఁ దలంతురో యనుచు నూరక వోయెదఁ గాక గౌరి నం
భోజదళేక్షణన్ గదియు పుణ్యము చాలదె వేయు నేటికిన్."186

187-వ.అని మఱియు నరుగుదెంచు సమయంబున.187

188-చ."వెఱవగ వద్దు నీకు నరవిందనిభానన! యేను బిల్వఁగా
వెఱవక రమ్ము నా తలఁపు వేగమె చెప్పిన మెచ్చు వెట్టెదన్
మఱియు నభీష్ట సంపదలు మానుఁగ నిచ్చెద నిశ్చలంబుమై
నెఱుకలసాని! ర" మ్మనుచు నెంతయుఁ బ్రేమ భవాని పిల్వఁగన్.188

189-వ.అరుగుదెంచి తదీయ హర్మ్యస్థానంబునకుం జని పార్వతీదేవిం గనుంగొని నిలిచి యున్న యనంతరంబ.నగజకు నెఱుకఁ దెలుపుట189

190-క.కడకంటఁ గరుణ వొడమఁగ
బడఁతుక సఖు లెందఱేనిఁ బరివేష్టింపన్
మృడుసతియును నెఱుకతతో
నడిగిన కృత్యంబు చెప్ప నగు గతిం గలదే.190

191-వ.అని పలికి హిరణ్య మణి మరకత వజ్ర వైడూర్య ఖచితంబు నగు విలసి తాసనంబునం గూర్చుండి "దేవేంద్ర కమలసంభవ నారాయణ ప్రముఖు లైన దేవతలు నెఱుంగరు భవదీయ చిత్తంబున నేది యేనియుం దలంపు చెప్పెద నదియునుం గాక విను" మని యి ట్లనియె.191

192-సీ."చింతించి యా బ్రహ్మ సృష్టిఁ బుట్టించుచోనెలనాఁగ! నను(గాంచి యెఱుక లడిగె
నగములు సాధింప నగభేది రావించియెలనాఁగ! నను(గాంచి యెఱుక లడిగె
దనుజుల నిర్జింప దనుజారి వోవుచోనెలనాఁగ! నను(గాంచి యెఱుక లడిగె
మఱి హలహావహ్ని దెరలి వేల్పుల మూకయెలనాఁగ! నను(గూర్చి యెఱుక లడిగె

ఆ. పరమమునులు యతులు పరమయోగీంద్రులు
సభల మున్ను నన్ను సంతసమున
నెఱుక లడిగె కాదె యెల్ల శుభంబులు
గలిగి యుండు టెల్ల కమలనేత్ర!"192

193-వ.అని మఱియు సముచితాలాపంబులు పలుకఁ పరమయోగీంద్రు ప్రోడం గనుంగొని "యొక తలంపు దలంచెదఁ జెప్పు" మని కనకమయ పాత్రంబున ముక్తాఫలంబు లమరించి వానిం జూచి భావంబున ని ట్లని తలంచె.193

194-సీ."నగరాజుపురమున నా కెన్ని దినములునిశ్చయంబుగ నేను నిలువవలయు
నటమీఁదఁ దడసిన నడవులలోపలశివునికై తప మెంత సేయవలయు

తపము గావించినఁ దాపసాధీశ్వరుండమరంగ నెంతకాలమున మెచ్చు
మెచ్చిన పిమ్మట మీనధ్వజారాతికెలిచ్చి నన్ను నే క్రియ వరించుఁ

ఆ. దప్పకుండఁ జెప్పు ధర్మదేవత! యని
యబల చెలులతోడ ననుమతించి
తలఁపు తథ్యమేని తలకొని చెప్పుమా”
యనుచు నిజము గోరి యద్రిపుత్రి.194

195-వ.ఇట్లు నియమింపఁ దలచిన.195

196-ఆ.“నాకు వాకు వచ్చె నలినాక్షి రమ్మిటఁ
గరము దెమ్ము నాదుకరము వట్టి”
యనుచుఁ బ్రేమతోడ నడల ప్రాణిగ్రహ
ణమ్ముఁ జేసెఁ గపటనాటకుండు.196

197-క.ఒకమాటు గరము లంటుచు
నొకమాటు లతాంగి చిత్త మూరించుచు వే
ఱొకమాటు కుచము లంటుచు
ప్రకటించుచు నెఱుక చెప్పెఁ బార్వతీసతికిన్.197

198-సీ.“హరుఁ గూర్చి తలఁచితి వంబుజలోచన!తలఁపు లన్యులమీఁది తలఁపుగాదు
శైలాధిపతి యింట సతి వసించెద నన్నఁ దలఁపు వేడ్కలమీఁది తలఁపుగాదు
ఘోరాటవులలోనఁ గ్రుమ్మరియెద నన్న తలపు వేఱొకచోటిఁ తలఁపుగాదు

పరమేశు నర్చించి భార్య నయ్యెద నన్నతలఁపు లెవ్వరిమీఁదు తలఁపుగాదు

ఆ. కాదు నిశ్చయంబు గంగాధరునిమీఁది

భక్తి గలదు నీకు భరిత మగుచు

?????నాతి! నీ తలంపు నా మాటయును సేకమగుట యెల్లఁ దలఁపు మంబుజాక్షి!198

199-వ.అదియునం గాక.200-క.నా కేమి మెచ్చు పెట్టెదునీకున్ సిద్ధించు మేలు

నిర్ణయమై నావాకునకఁ దోఁచుచున్నదివీఁకను నెఱిఁగింతు నీకు విమలేందుముఖీ!"199

??????200

201-వ.అనిన విని పార్వతీదేవి యి ట్లనియె.201

202-క."మణికేయూరము లిచ్చెద

మణితాటంకంబు లిత్తు మంజులవాణీ!

మణులుం గనకమము లిచ్చెద

మణికోటీరములు నీకు మఱియు న్నిత్తున్."202

203-వ. అనవుడు న క్కపట వెలఁది యి ట్లనియె.203

204-క."మణికేయూరము లొల్లను

మణితాటంకంబు లొల్ల మంజులవాణీ!

మణులుం గనకము లొల్లను
మణికోటీరంబు లొల్ల మన్నన లొల్లన్.204

205-క.నను(గూడి తిరుగ నొస(గుము
ధనములు నా కేమి సేయు ధనములు వేలున్
నిను(గూడి యుంట(బోలునె"
యనవు(డు "నగుగాక(జెప్పు" మని సతి యనియెన్.205

206-వ. అనవుడు నా ప్రోడ యి ట్లనియె.206

207-సీ."కువలయలోచన! కొన్ని దినంబులుకొండలరాజింట నుండ(గలవు
ఉండి వనంబున నువిదతో నే(గియుశివునికై తప మర్థి(జేయ(గలవు
తప మర్థి జేసిన(దరళాక్షి! నిను(గూర్చిమీనాంకవైరియు మెచ్చ(గల(డు
మెచ్చి సంభావించి మీ తండ్రి యింటనుపేడుక నిను(బెండ్లియాడ గల(డు

అ. అమర(బెండ్లియాడి యర్థాంగలక్ష్మి పై
సకల భువన రాజ్య సంపదలను
గలిగి మోము లాఱు గల సుతు(గాంచి మో
దమున నుండగలవు ధవళనేత్ర!"207

208-వ. అని మఱియును.208

209-ఆ."నిన్నుఁ బొందఁ దలఁచి నెలఁత యుర్వీళ్ళూరు
చున్న వాఁడు శంభుఁ డుగ్రమూర్తి
శంకరుండు భవుఁడు శాశ్వతుం డఖిలాండ
చక్రవర్తి యైన చంద్రధరుఁడు.209

210-వ. ఇందేల యున్నదానవు వనవాస ప్రయాణంబు చేసి పరమేశ్వరు నేలుకొమ్ము నీకుం గానరాఁడు పరమేశ్వరుండు వీఁడే నినుఁ జూచి పోవుచున్నాఁడు నిశ్చయం" బని చెప్పి వీడ్కొని తన పూర్వ ప్రకారంబుఁ దాల్చి కైలాసంబునకుం జనియె నంత న చ్చెలియు నొక్కనాఁడు తన మనంబున ఖండేందుభూషణుం దలఁచి కామమోహావేశంబున ని ట్లని తలపోయం దొడంగె.210

211-ఉ."లోలత నాకు వల్లభుఁడు లోఁబడి తప్పి సమాధినిష్ఠ మై
నోలెడి కాయముం గరఁగఁ జూచుచు నుండు సుఖంబు గాన శ్రీ
శైలనివాసు నొద్దఁ బరిచర్యలు సేయఁగ లేదు చెల్లరే
మేల్కొనఁ గూడి కూడి యిటు మిన్నక పోయె నిఁకేమి చేయుదున్.211

212-సీ.వినరమ్మ నా మాట విశ్వేశ్వరునిఁ బాసినిలువంగ నేరనో నెలఁతలార!
నాగేంద్రధరుమీఁద నా కోరికలు పర్వి పాయంగ నేరనో భామలార!
వలరాజు వెసఁ దోఁచి యలరుల బాణంబులేసి నొప్పించెనో యింతులార!
నగముల రాజుతో నా ప్రకారం బెల్లఁదెలియంగఁ జెప్పరే తెరవలార!

ఆ. రమణులార నిలువరా దింకఁ దాపంబు
సరసిజాక్షులార! సైఁపరాదు

ఒక్క దినము గడచు టొక్క వత్సరము దాఁ
గడచు టయ్యె నాకుఁ గాంతలార!212

213-ఉ.బాలశశాంకభూషణునిఁ బాసి చరించుట దుస్తరంబు నీ
లాలకలార! చంద్రముఖులార! తపోవనభూమిలోపలన్
జాల తపంబు చేసి హరు శంకరు సన్నిధిఁ గాంతు నింక మీ
కేల విచారముల్ హిమనగేంద్రునితో వినుపింతు నింతయున్."213

214-వ. అని నిశ్చయంబు చేసి.214

215-మ.చెలులుం దానును గూడి వచ్చి కడఁకన్ శీతాచలాధీశ్వరున్
లలనారత్నము గాంచి మ్రొక్క విన యాలాంపబులన్ శీతలా
చలుఁడున్ మన్నన చేసెఁ జేసెడి తఱిన్ జంద్రాస్య హస్తంబుజం
బులు ఫాలంబునఁ జేర్చి పల్కె వినయంబున్ భక్తియిన్ రంజిలన్215

216-క."ఘనసార పుష్ప చందన
కన కాంబర భూష ణాది ఘన వైభవముల్
మన యింట నేమి గొఱఁతయుఁ
గనుఁగొనఁగా రాదు మిగులఁ గలవు గిరీంద్రా!216

217-వ. అట్లయినను.217

218-మ.శివదేవుం దలపోయఁ జొచ్చు నభవున్ జింతించు దేవేశ్వరున్
ధవళాంగుం ఫణిరాజకంకణధరున్ దర్శించుఁ గాంక్షించు పై
భవముం జేయదు నా మనంబు దప మొప్పం జేసి నీ పంపునన్
భువనాధీశ్వరు గాంచి వత్తు ననుచున్ భూమిధరేంద్రోత్తమా!218

219-ఆ.ఏమి చెప్ప నేర్తు నే నేమి సేయుదు
నా వశంబు గాక నా మనంబు
లోకనాథుఁ దవిలి లోఁబడి పాయదు
భ్రాంతిఁ దపము సేయఁ బనుపు మయ్య!219

220-శా.అయ్యా! సిద్ధము దాఁటరాదు మదిలో నాలింప మీ యానతిన్
నెయ్యం బొప్పఁగ మీరు నన్ బనుపఁగా నే నిష్ట మై యుంట యొ
ప్పయ్యెన్ పే ననుఁ బంపు" మన్న విని య త్యానంద చిత్తంబుతో
ధీయుక్తిం గిరిరాజు కూర్మి తనయన్ దీవించి కీర్తించుచున్.220

221-మ."సతి! నీ వాక్యము వేదవాక్యము సుమీ చంద్రాస్య యాతండె పో
గతి యంచున్ దన నాథు నేడు గడయుంగాఁ జూచి సేవింపఁగా
ధృతి మై నుత్తమ కన్య యండ్రు మృగనేత్రిం గన్న యా తండ్రియున్
మతిలో సజ్జన మాన్యుఁ డంచు జగముల్ మన్నించుఁ గాంతామణీ!221

222-మ.త్రిదశారాధిత వై జగజ్జనని వై దేవేంద్రసంపూజ్య వై
మదనారాతికిఁ బ్రాణవల్లభవు వై మాయా ప్రపంచాత్మ వై
మది మోదించిన నీవు కూఁతురవు వై మన్నించి తీ పెంపు చా
లదె పుణ్యాత్ముఁడ నైతి నీ కరుణఁ గళ్యాణీ! కృపాంభోనిధీ!222

223-క.వనితా! నా విన్నప మిది
వినుము మది న్నీకుఁ బోవ వేడుక పుట్టెన్
దనరఁగ నీ వేడుక మై
నయమున వర్తించు" మనుచు నగపతి పల్కెన్.223

224-వ. ఇట్లు పలుకు వల్లభుఁ జూచి య గ్గిరీంద్రవల్లభ యగు మేనకాదేవి గౌరీదేవి కి
ట్లనియె.224

225-క."ఏమియుఁ గొఱఁత దపోవన
భూములలోఁ దపము సేయఁ బోయెద ననుచు
న్వేమరు భాషించెద వో
భామా! నిన్నడవి కెట్లు పంపుదుఁ జెపుమా.225

226-క.వాలాయించి వనంబుల
నే లమ్మ! తపంబు సేయ నిభకుంభకుచా!
హాలాహలభక్షుఁడు మన
లీలావన భూము లందు లేఁడే చెపుమా.226

227-కలలనా! వనభూములలో
మలహరు వెదుకంగ నేల మంజులవాణీ!
వలచిన చోటనె శంభుఁడు
గలుగుట సందేహ మమ్మ కంజాతముఖీ!227

228-క.నీ ముద్దులు నీ మాటలు
నీ మధు రాలాములును నీ మురిపంబుల్
రామా! చూచిన పిమ్మట
నా మది యెట్లుండ నేర్చు నలినదళాక్షీ!228

229-సీ.గంగావతంసునిఁ గరము మజ్జన మార్పగంగాజలంబులు గలవు మనకు
ఘననాగకంకణుఁ గరమ మలంకారింపఘన కంకణంబులు గలవు మనకు
గంధేభదనుజారిఁ గఱకంఠు నలఁదింపగంధంబు లెన్నియుఁ గలవు మనకు
అలరుసాయకవైరి నలరించి పూజింపనలరు లెన్నెన్నియొ కలవు మనకు

ఆ. మఱియు నేమి యైన మలహరుఁ బూజింపఁ
గమలనేత్ర! మనకు గలిగి యుండఁ
గాననముల కేఁగఁ గలకంఠి! యే లమ్మ!
వనము లేడ? ముగ్ధవనిత లేడ?"229

230-వ. అనవుఁడు కుమారీతిలకంబు తల్లి కి ట్లనియె.230

231-శా."తల్లీ! శంభుఁడు లేని చోటు గలదే తర్కింప సందేహమే
ముల్లోకంబులు శంభుఁ డంచుఁ జదువుల్ ప్రొయంగ నెవ్వారికిన్
చెల్లింపం దగ దమ్మ యిండ్లఁ దపముల్ చిత్తంబు రెండై ఫలం
బెల్లం జేరకపోవుఁ గాక జననీ యెన్నెన్ని మార్గంబులన్.231

232-క.తా మరిగిన చిత్తములోఁ
దామరుగుఁ జుమీ లతాంగి తద్దయుఁ బ్రీతిన్
తా మరుగని చిత్తములో
తామరుగఁడు పాయుఁ గాని తామరసాక్షీ!232

233-క.తను వలచినఁ దను వలచును
దను వలువక పాసి యున్నఁ దను వలువఁ డిలన్
దనదు పటాటోపంబులు
తన మాయలు పనికి రావు తథ్యము తల్లీ!233

234-క.చని కందమూలఫలములు
తిని వనటలఁ జాల డస్సి ధీరాత్మకు లై
వనములఁ దపములు సలిపెడు
వనవాసులు వెఱ్ఱు లమ్మ వారిజనేత్రా!234

235-క.ఆరయ నీ లోకంబుల
మీ రెఱుఁగని పనులు గలవె మీకును దగవుల్
వారక చెప్పెదు దానసె
యేరూపం బైన నుద్ధరింపుఁడు నన్నున్.235

236-వ. అనుచున్న గౌరీదేవి పలుకులు విని గిరీంద్రశేఖరుండు మేనకా దేవియుం దానును సంతసిల్లి " దేవి యింక మాఱుమాటలు పలుక వెఱతుము భవదీయ మనోరథంబు లెల్ల నమోఘంబు లై ఫలించుఁ గాక" యని కీర్తించి దీవించి వనవాస ప్రయాణంబునకుఁ దల్లిదండ్రు లనుమతించిన.236

పార్వతి తపముసేయ వనమునకు నేగుట

237-సీ.హరినీలములఁ బోని యలకల జడ లల్లిమహిత రుద్రాక్ష దామములు చుట్టి
బాలచంద్రురుఁ బోని ఫాలస్థలంబునభస్మత్రిపుండ్రంబు పరఁగఁ దీర్చి
తరుణ వల్లియుఁ బోని తనువల్లి నిండారఁబద నిచ్చి పలుచని భస్మ మలఁది
కాముచక్రముఁ బోలు కటిచక్ర తలములఁదనరు కాషాయ వస్త్రంబుఁ గట్టి

ఆ. బిసము బోలి కేల నెసగఁ గమండలు
దండ పుండరీక తను కళాస
ములు ధరించి భువనమోహన శ్రీ యగు
గౌరి తపసి వేషధారి యయ్యె.237

238-వ. ఇట్లు వివిధ విలసిత విచిత్ర తపో వేషధారి యై తన సఖీజనంబులు దానును తలిదండ్రుల మనంబులు సంతసిల్ల వీడ్కొని వనవాస ప్రయాణం బై పోయి; కతిపయి దూరంబున నకాల పల్లవ ఫల భరిత శాఖాలోక విరాజిత మందార మాతలుంగ చందన పున్నాగ తిలక కేసర కదళీ జంబీర కదంబ నింబ తమాల రసాల హింతాళ ప్రముఖ నానా భూజాత సంఘాత విలసితంబును; నిర్మల సరోవర జనిత ఫుల్ల సల్లలిత కమల ప్రసూన బంధుర గంధవాహ ధూత బలపరాగ ధూళి పటల దశ ది శాలంకృతంబును; ననంత లతా సిత సంఫుల్ల పరిమళ మోద మారుత సమ్మిళిత దూరదేశంబును; మరాళ శారికా కీర మధుకర కోకి లాది నానా విహంగ మృదు మధుర వచన ప్రమోదితంబును నై సకల తపోవన రాజ్యలక్ష్మీ శోభిత వైభవం బనం బొల్చు నొక్క వనంబుఁ గాంచి సంతసించి దరియం జొచ్చి సంభ్రమంబున.238

239-ఉ."ఈ వన ధారుణీరుహము లెంతయు వింతఁ దనర్చి యుండునే
యీ వన పుష్ప వల్లికల కింత సుగంధ విభూతి యొప్పునే
యీ వనజాంతరాన్వితము నేమని చెప్పఁగ వచ్చు బాపురే
యీ వన శోభితంబు దివి నింద్రువనంబున కైన గల్గునే.239

240-క.అంగజుఁ డివ్వనమునఁ గల
భృంగంబులఁ గూడుకొనిన బిరు దై కడిమిన్
భంగించుఁ గాక మదమరి
గంగాధరు కంటిమంటఁ గ్రాఁగునె తలఁపన్.240

241- ఆ.ఈ వనంబులోని యేపారు పుష్పంబు
లేయ మఱచెఁ గాక యేసె నేని
కాముచేత నాఁడు కామారి చిక్కఁడే
సకలమైనవారు సంతసిల్ల."241

242-వ. అని మఱియు ననేక ప్రకారంబుల నవ్వనలక్ష్మిఁ గీర్తించి చెలుల నందఱి
నాలోకించి వారి వారిం దగులాగున వర్తింప నియోగించి స్థలశోధనంబు లాచరించి సర్వాంగ
విభూతి స్నాత యై చెలువు మిగుల తపంబు సేయం దొణంగె నిరుపమ
నిర్మలత్వంబున.242

243-ఆ.బాలచంద్ర మౌళి పాదాంబుజంబుల

విమల హృదయ కమల వీథి నిల్పి
నీరజాతనేత్ర నిష్కళంకాత్మ యై
చెలువు మిగిలి తపము సేయఁ దొడఁగె.243

244-క.నాలుగు దిక్కుల మంటలు
గ్రాలఁగ వినువీథి నున్న గ్రహపతి కెదు రై
ఊల పయి నిలిచి వేసవి
కాలము తు మాచరించెఁ గన్నియ ప్రీతిన్.244

245-క.పిడుగులు మెఱుపులు నురుములు
నడరఁగ మేఘములు జలము లనిశము గురియ
న్గడుఁ దొడగి వానాకాలము
తడియుచుఁ బెనుకాలముఁ జేసె దారుణ తపమున్.245

246-క.నీట మెడ మునుఁగు బంటిని
జాటరితల మంచు గురియఁ జలికాలము మి
న్నేటి దరిఁ దలఁచు వెచ్చని
చోటును సుఖ మున్న భంగి సుందరి గడఁకన్.246

247-క.ఇది పగ లని యిది రే యని
యిది చలి యిది యెండ వాన యిది యని సతి దా
మదిఁ దలపోయక యీ క్రియఁ
బదపడి కాలంబు సలిపె పరమ తపంబున్.247

248-వ. అంతఁ దదీయ దివ్య తపో మహత్వంబు లన్నియు నవలంభించి ఆవరణ ఘోరం

బై.248

249-శా.లంఘించెం గమలోద్భవుండు మదిఁ దా లక్షించి త ద్దేవతా

సంఘుం బెల్లఁ గలంగె మేలుకొనియెం జక్రాయుధుం డంత పే

గం ఘీంకారము లిచ్చె దిగ్గజములుం గైలాస శైలంబు దు

ర్లంఘ్యం బైన గణాళితోఁ గదలి దొర్లంబాఱె నల్లాడుచున్.249

250-ఆ.ఆ కైలాసముమీఁదను

శ్రీకరముగ నున్న యట్టి శ్రీకంఠుఁడు దా

నాకతముఁ దెలిసి తనలోఁ

బ్రాకటముగ నుబ్బి చెలఁగెఁ బరిణామముతోన్.250

251-సీ.తపము సేయక కాని తన్ను వరింపనేశ్శంగారి తపము సేయంగ నేల

తనుఁ గవయఁగఁ గోరి తపము సేయుచు నున్ననను గూర్చి యీ నిష్ఠ తనకు నేల

తన్నుఁ బాయని ప్రేమఁ దలపోసి యలరంగఁదపమున డయ్యంగఁ దనక నేల

యే నొక్క వింతయే యే నొక్క బ్రాఁతియేయిందీవరాక్షికి నింత యేల

ఆ. అని శశాంకజూటుఁ డానంద చిత్తుఁ డై

కరుణ తోయరాశి కరము మెఱయ

చిన్ననగవు లేఁత చెక్కులఁ దొలఁకాఁడ

నీశ్వరుండు పార్వతీశ్వరుండు.

శంకరుండు బ్రహ్మచారి యై వనమునకు వచ్చుట251

252-ఉ.గ్రక్కున భూతియు న్నొసలి కన్నును బెబ్బులి తోలుచీరయున్
చుక్కలరేని జూటమును జొక్కపు గంగయు మేనఁ బాములున్
చిక్కని శూలలాతముల చేతులు రెండును పుట్టెకుండ దా
జక్కఁగ దాఁచి వచ్చె నెఱజాణుఁడు శంభుఁడు సంభ్రమంబునన్.252

253-సీ.తనర ముమ్మాఁటు చుట్టిన దర్భముంజితోఁగ్రొమ్మెఁటుంగువలంతి గోఁచితోడ
మొల నున్న ధవళంపు ముద్దు పేలికతోడనిమ్మైన కృష్ణాజినమ్ముతోడ
వెలపలఁ బెట్టిన వెలి జన్నిదముతోడరమ్య భస్మ త్రిపుండ్రములతోడ
నక్షమాలికతోడ నా చిన్ని కూకటిజుట్టుతో మేధావి బొట్టుతోడ

ఆ. నెడమ కేలఁ దనదు పొడవు దండము ప్రేల
నుంగరమును దర్భయును వెలుంగ
గొడుగు వట్టి వటువుకుట్టుఁ డై చనియెను
శూలి మంచుకొండచూలి కడకున్.253

254-ఆ.అట్లు పోవు నప్పు డ మ్మహాతేజంబు
వేడ్కతోడ నెట్టి విధము నైన
పాయ దమృతకోటి భానుబింబంబుల
ప్రభల గ్రేణిసేయు భరిత మగుచు.254

255-వ. అంత న య్యవసరంబున.255

256-చ.సదమల మైన వాఁడు కడు చక్కని రూపము వాఁడు కాంతిచేఁ
బొదలిన మోము వాఁడు మెయి భూతి నలందిన వాఁడు దివ్య మై
యొదవిన బ్రహ్మచారి గతి నొప్పిన వాఁ డిటు వచ్చుచున్నవాఁ
డదె యొక గుజ్జు తాపసుఁ డహో వనితామణులార! కంటిరే.256

257-వ. అని యి వ్విధంబున.257

258-మత్త.కాంత లవ్వలనం గనుంగొని గట్టుకూఁతురి నెచ్చెలుల్
వింత లీలల న వ్వనంబున పే చరించుట మాని యు
న్నంత నూతన యౌవనాంచిత యద్రికన్నియఁ జేరఁగా
సంతసంబునఁ బోయి ర య్యెడ జగ్గున న్వటు వేషితోన్.258

259-ఉ.అల్లనఁ జేర వచ్చి సతు లర్చన చేసెద మన్న నన్నియుం
జెల్లును చాలు చాలు నని చేతుల సన్నలు చేసి నిక్క మే
సల్లలితంపుఁ దాపసుని చాడ్పున నిల్చి శివుండు లోల సం
ఫుల్లసరోజనేత్రి యగు పొల్తుక నంబికఁ జూచి యిట్లనున్.259

260-ఉ."నీ తల్లిదండ్రు లెవ్వరొకొ నీరజలోచన! యెవ్వ? రీవు నీ
వీ తప మేల? చేసెద వ దెవ్వడొకొ? నిను నేలువాఁడు దా
నో తరుణీలలామ! భువోన్నత మోహనమూర్తి రాజ సం
కేతము మాని యీ యడవి కేఁగి తపం బిట్లు సేయ నేటికిన్."260

261-వ. అనిన న మ్మాయావటునకు నబల చెలు లి ట్లనిరి.261

262-మత్త.“తల్లి మేనక పుణ్యకామిని తండ్రి కొండలరాజు యీ
యొల్లగంధికి గౌరి నామము మూఁడుకన్నుల దేవరన్
వల్లభుం డని కోరి సేయును వారిజాక్షి తపంబు మే
మెల్ల దాసుల మై చరించెద మింతికిన్ మునివల్లభా!”262

263-వ. అనవుడు న క్కపట తాపసుం డి ట్లనియె.263

264-ఉ.“ఈ నగు మోము లీ యలక లీ తెలికన్నులు నీ సుధాధరం
బీ నునుమేని కాంతియును నీ చనుకట్టును నీ కరాంబుజం
బీ నడు మీ నితంబమును నీ తొడ లీ పదపల్లవంబు లే
మానిని యందుఁ గానము సమగ్ర మనోహర రూపసంపదన్.264

265-ఉ.ఈ పువుబోఁడి నీ మగువ నీ తరలాయతచారులోచనన్
దాపసి జేసి పొ మ్మనుచు ధైర్యము నిల్పి వనాంతరంబునన్
చాపలనేత్రలార సతి జవ్వన మారడి బుచ్చ జెల్లరే
తాపసవృత్తి నుంచు నల దైవము నే మన నేర్తు నక్కటా.265

266-వ. అదియునుం గాక.267-సీ.పొలుచు మైఁ దీగెతోఁ బొల్చు టింతియ కాకయీ
వన్నెగల రేఖ యెందుఁ గలదు266

యింతి పాలిండ్లతో నీడుసేయుట గాక యీ చక్క నైన టా గెందుఁ గలదు
పూఁబోఁడి మోముతోఁ బురుడుసేయుట గాక యీ నిర్మలపుఁ గాంతి యెందుఁ గలదు
సతి కనుదోయితో సాటిసేయుట గాకయీ మోహరుచిజాల మెందుఁ గలదు

ఆ. కలిగె నేని తెగని కాముబాణము లందుఁ
గందు లేని యిందు నందుఁ బసిడి
గరిశిరంబు లందచిరముండు మెఱుపుల
యందుఁ గాక తక్కు నెందుఁ గలదె.267

268-ఉ.చూచితి నాగ కన్నియలఁ జూచితి దానవ దైత్య కన్యలన్
జూచితి దేవ కన్నియలఁ జూచితి ఖేచర సిద్ధ కన్యలన్
జూచితి మర్త్య కన్నియలఁ జూచితి సాధ్య మునీంద్ర కన్యలన్
జూచితిఁ గాని యే యెడలఁ జూడ గిరీంద్రజఁ బోలు కన్యలన్."268

269-వ. అని పలికి గౌరీదేవి నుపలక్షించి యల్లనల్లన యి ట్లనియె.269

270-ఉ."కొండలరాజు గారపుఁ గూతుఁర పై నవయౌవనాంగి పై
నిండిన లక్ష్మితోఁ జెలులు నిచ్చలు గొల్వఁగఁ గేలిమై సుఖం
బుండుట మాని సౌఖ్యముల నొల్లని జంగమువానిఁ గోరి యీ
కొండకు వత్తురే వనఁటఁ గుందుదురే యిచటం దలోదరీ!270

271- అదియును గాక యీ జగము లన్నియుఁ జూచితిఁ గాని యెయ్యెడన్
బదపడి నాథులన్ వెదక బాలలు వోయిన చోటు లేదు లే

దిది విను వద్దు శంభుఁ డన నెంతటివాఁడు యతండు వల్లులం
బొదలు కెలకు లందుఁ బలు భూతము లందు వసించు బాలికా!271

272-ఉ.ఎక్కడ భర్గుఁ డుంట యిట నెక్కడ నీ తప ముంట కన్యకా
చుక్కలరాజమౌళిఁ దొలి చూచినదానవొ కాక యూరకే
యెక్కడ నాతనిన్ వలచి యేఁగినభామలఁ గానఁ జెల్లరే
నిక్కము చెప్పితిన్ మగువ నేరుపుఁ దప్పితి వీవు జాణవే!272

273-సీ.తరళాక్షి! యాతండు ధనవంతుఁ డందమా కోరి వేడిన గానిఁ గూడు లేదు
చిన్నారి! వయసున చిన్నవాఁ డందమాయెన్నటివాఁడొకొ యెఱుఁగరాదు
ఆకార సంపద నతి మేటి యందమాయాకార మెట్టిదో యరయరాదు
కులగోత్రములు రెండుఁ దెలియుద మందమాతలిదండ్రు లెవ్వరు ధరణిలేరు

ఆ. తిరిప రొంటిగాఁడు దేవుండు చూడఁడే
మాయ మందు కపట మంత్రములను
మగువ! నిన్ను మరగించుకొన్నాఁడొ
కాని తగినవాఁడు కాఁడు కాఁడు.273

279-వ. అని మఱియు ని ట్లనియె.274

275-క.అంటినఁ గందెడు యొడ లీ
వెంటన్ గుదియింప వలదు విను మాతని నీ
వంటెద నని తలఁచెద వతఁ

డంటడు నిను సర్వభంగు లందుఁ గుమారీ!275

276-మత్త.ఓ లతాంగి! యెఱుంగ వాతఁడు నొక్క జాలరి కన్యకున్
లోలుఁ డై జడ లిచ్చి నాఁ డట లోక మెల్ల యెఱుంగ నీ
వేల చింతన సేయ వక్కట యీతఁ డొక్కఁడె కాని నీ
లాలకా కనలేరె దేశము నందులోన మగ ల్మఱిన్.276

277-సీ.చీనాంబరంబులు చెలువొప్పఁ గట్టఁడుమదసింధురేంద్ర చర్మంబుఁ గాని
రత్న కంకణములు రమణ మైఁ దొడగఁడుఫణిలోకరాజకంకణము గాని
చందన గంధంబు జాణఁ డై పూయఁడుమదపంచబాణ భస్మంబుఁ గాని
పువ్వులు దండలు భోగి యై తురుమఁడువెలయింత లేని రేవెలుఁగు గాని

ఆ. యూర నుండ నొల్లఁ డొలుకులలోఁ గాని
యెనసి హయము నెక్కఁ డెద్దు గాని
చెలువ! యేమి చెప్ప సిగ్గయ్యెడిని వెఱ్ఱి
యనఁగ నెపుడు శివుని వినవె చెపుమ.277

278-మత్త.కంతుఁ జంపినవాఁడు వెండియు కంతు కెయ్యెడ లోఁబడం
డింత సిద్ధము గామ్య మొల్లఁడు యేల యీ యడియాస నీ
వంత కంతకు నిష్ఠ మై నవయంగ నేల మహాటవిన్
సంతసంబునఁ గొంచుఁ బోయెదఁ జక్క రమ్ము కుమారికా!278

279-చ.ఇరవుగ సర్వలోకముల నేలెడువాఁడ మహేంద్ర నిర్జ రే
శ్వర తతిలోనఁ బేరు గలవాఁడ జగంబులఁ బెద్దవాఁడ ఖే

చర గతి నొప్పువాఁడ సహచారిణి దుఃఖములేనివాఁడ శ్రీ
వరునకు బ్రహ్మకు న్మొదలివాఁడఁ జుమీ యలినీలకుంతలా!279

280-ఆ.ముదిమి లేనివాఁడ మోహనాకారుండఁ
దరుణి నిన్ను నేలఁ దగినవాఁడ
నన్నుఁ దగిలి నీవు నా వెంటఁ జనుదెమ్ము
వనటఁ గుంద నేల వనజనేత్ర!"280

281-క.అనుడు "వినఁ దగని మాటలు
గొనకొని వీఁ డాడె నేని కూకటి వేగం
బునఁ బట్టి వనము వెడలఁగ
ననుపుం" డని చెలుల కంత యానతి యిచ్చెన్.281

282-క.అని పలికిన చెలు లందఱు
తనుఁ బట్టెద రని తలంచి తత్తరపడఁగాఁ
గనుఁగొని దండము ద్రిప్పుచు
వనితలతో బ్రహ్మచారి వటుఁ డి ట్లనియెన్.282

283-శా.´నన్నున్ బట్టెడువారె మీ వశమె యన్యాయంబుగా నిప్పుడున్
నన్నున్ జిన్నగఁ జూడవద్దు వినుఁ డా నారాయణ బ్రహ్మలున్
నన్నున్ బట్టఁగ లేరు చిక్కఁ బడునే నా బోఁటి మీచేత మీ
సన్నం బైన తలంపు వోవిడువుఁ డో చంద్రాస్య లిం కియ్యడన్.283

284-ఉ.ఇచ్చఁ గులంబు గోత్రమును నించుక లేని లతాంగికిన్ శిరం

బిచ్చి వరించినాఁడ నిపు డియ్యెడ నీ యువతీలలామ నా
కిచ్చినఁ జాలుఁ గాని సతి కిప్పుడ మీరలు చూడ దేహ మే
నిచ్చెదఁ గాంతలార! వరియింపఁగఁ గన్యకు బుద్ధి సెప్పరే.284

285-ఉ.మాటలు పేయు నేమిటికి మానినులార! వినుండు చెప్పెదన్
పాటలగంధి నాకుఁ దగు భామిని కేఁ దగుదున్ వరింప ని
చ్చోటనె పెండ్లియాడెదను సుందరి యేరీతి నాస సేయునో
వాటము గాఁగ నా రతుల వారక తేల్చెద నంచు బల్కగన్."285

286-వ. విని య మ్మహాదేవి యి ట్లనియె.286

287-ఉ."వీఁ డఁట; బ్రహ్మచారి యఁట; వీనుల బెట్టఁగరాని మాటలే
యాడుచు నున్నవాఁడు; మదనాంధుఁడు వీఁడు నమశ్శివాయ యొం
డాడఁగ వద్దు వీనిఁ గపటాత్ముని నిచ్చట నుండ నీక పం
డ్లూడఁగ వేసి ద్రొబ్బుఁ" డని యుగ్రతఁ బల్కినఁ గాంత లందఱున్287

288-సీ.దండంబు విసరినఁ దప్పించుకొని పోయిపొలఁతులు కొందఱు పొదివి పట్టి
బాహుదండంబునఁ బట్టిన గొడుగునుబలిమిమై నల్లంతఁ బాఱవైచి
కరము బిగ్గనఁ బట్టి కట్టిన యొల్లియనొడిసి వ్రాలినఁ గొఁచి విడిచిపుచ్చి
కూకటిఁ బలుమాఱుఁ గుదియించి కుదియించిచేడియల్ నవ్వుచు శిరము వంపఁ

ఆ. బిన్నవాఁడు పోలె పెనఁగులాడుచు నుండి
బాలుఁ డైన కపట బ్రహ్మచారి

మాయమయ్యె దోఁచె మగువకు ముందటఁ

మహిత మైన చిత్ర మహిమతోడ.

శంకరుఁడు ప్రత్యక్షం బగుట288

289-క.వనములు కొలఁకులు గిరులును

వినువీథియు ధరయు నొక్క వెలుఁగై వెలుఁగన్

మునుమిడి పువ్వుల వానలు

గొనకొని కురియంగ సురలు కోర్కులఁ దేలన్.289

290-సీ.పై నొప్పఁ బెట్టిన భద్రదంతావళతోలుతో మొల పులితోలుతోడ

కమనీయ మై నట్టి కంబుకంఠముతోడబొలుపారు నెఱపూత భూతితోడఁ

ఘనతరం బగు నాగ కంకణంబులతోడఁదనరారు శూలాయుధంబుతోడఁ

బటుజటావలిలోని బాలచంద్రునితోడదయతోడ నభయ హస్తంబుతోడ

ఆ. లీల నంది నెక్కి లేనవ్వు దొలుకాడఁ

బడతిఁ కభయ మీయఁ బల్లవించి

భక్తబాంధవుండు భవుఁడు ప్రత్యక్షమై

శైలరాజపుత్రి మ్రోల నిలచె290

291-క.నిలచినఁ గనుఁగొని భయమునఁ

జెలు లందఱు నన్ని దిశలఁ జేరి వేగం

దలపోయ వడుగు శివుఁ డై

వెలుఁగుటకును జాల బెగడి విస్మయమతు లై.291

292-వ. ఆ సమయంబున.292

293-మత్త.దేవి దేవరఁ జూచె దేవర దేవిఁ జూచెను నంతలో
భావజన్ముఁడు దోఁచి యేసెను భావబంధము లొందఁగా
సేవమైఁ దొలి ఫాలలోచను సేయఁ జంకిన పుష్పబా
ణావళుల్ జత గూర్చి భర్గుని నప్పు డేసెఁ జెలంగుచున్.293

294-క.తను వలచు శివుఁడు ముందటఁ
దనకుఁ బ్రత్యక్ష మైనఁ దద్దయు వేడ్కన్
దనుమధ్య చూచుచుండెను
తనువునఁ బులకాంకురములు దళుకొత్తంగన్.294

295-చ.చుఱుకులు దట్టముల్ మెఱపుచుక్కలు తిరుగు చెక్కు లుగ్రముల్
మెఱుపులు కాము బాణములు మించుల తీవెలు చంచలావళుల్
కఱకులు మోహబంధములు కాము శరంబుల పుట్టినిళ్ళు కి
న్నెరులు వెడంద లందములు నీరజలోచన చూపుచందముల్.295

296-ఉ.కామిని చూచు చూపులకుఁ గాక కలంగి శివుండు పాంథుఁ డై
కామునిఁ దొల్లి గెల్చిన మగంటిమి యెల్లఁ దలంక లోలతన్
గామినిఁ జూచుచుండె మఱి కామినియున్ మదనాస్త్రపాత యై
కామవిరోధి చూపులకుఁ గాక తలంకె మనఃకళంక యై.296

297-వ. మఱియును.297

298-మత్త.చూచుఁ జింతన సేయు నోరగఁ జూచు వర్ణన సేయఁగా
జూచుచుం దమకించు సిగ్గునఁ జొక్కుఁ బ్రార్థన సేయఁగా
జూచు నంతన డయ్యుఁ ద న్మఱచున్ ముదంబున వెండియున్
జూచుఁ జేష్టలు లేక యంబిక సోమశేఖరు నీశ్వరున్.298

299-వ. ఇ వ్విధంబున.299

300-ఉ.ఒండొరు సుందరాంబువుల నోలి మునింగియుఁ దేలి తెప్ప లై
యొండొరుఁ బాయ లే కునికి నున్మాదు లై నిజ బోధ వీధి నొం
డొండన దెప్ప లై గుణగణోన్నతి కూటమిఁ జేర్చి శంభుఁ డా
కొండలరాజుకూఁతునకుఁ గూరిమి ని ట్లనియెన్ బ్రసన్నుఁ డై.300

301-శా."ఓ వామేక్షణ! యో కురంగనయనా! యో కాంత! నీ యిష్టమై
నీవా నన్నును నేలుకొంటివి సతీ నీ వాఁడ నే నైతి ని
చ్చో వద్దింకను నంది నెక్కి గడఁకన్ శోభిల్లగాఁ బ్రీతితో
రావే పోదము వెండికొండకు మనోరాగంబుతోఁ గన్యకా!"301

302-చ.అనవుఁడు సంతసిల్లి తరలాయతలోచన బోంట్లు నేర్పుతో
వినయము లొప్ప మ్రొక్కఁగను విశ్వవిభుండు కృపాకటాక్షుఁ డై
కనుఁగొని యుంటఁ జూచి కరకంజము లంజలి చేసి "దైవమా!
తనరిన విన్నపంబు లవధారు ప్రసన్నతి నాదరింపవే.302

303-ఉ.వేద పురాణ శాస్త్రములు విస్తుతి నిన్నును జేయలేవు బ్ర
హ్మాదులుఁ గానలేరు సనకాదులుఁ గానఁగలేరు నిర్జరేం
ద్రాదులుఁ గానలేరు ధనదాదులుఁ గానఁగలేరు లక్ష్మినా
థాదుల కైన నీదు మహిమాతిశయంబుఁ దలఁప శక్యమే.303

304-చ.ఇతరులు నీ మహిమ యింతని చెప్పఁగ నెంతవారు మా
నితతర మైన నీ మహిమ నీవె యెఱుంగుదు వట్టి నీవు మా
సతికి దయాపరుండవును సన్నిధి వైతి విదేమి పుణ్యమో
సతతము శైలవల్లభుఁడ సల్పిన నిష్ఠ ఫలించె శంకరా!304

305-క.జయ జయ కరుణాంభోనిధి!
జయ జయ దేవాధిదేవ! జయ చంద్రధరా!
జయ జయ భక్తమనోహర!
జయ జయ శ్రీనీలకంఠ! జయ పురవైరీ!305

306-క.పన్నగకంకణ! నీ కయి
చెన్నుగ ధరణీధ్రవిభుఁడు చేసిన తపముల్
సన్నుతిఁ దలఁపఁగ వలదే
మన్నింతురు గాక యేలి మన్నన నతనిన్.306

307-మత్త.పంకజాననఁ బుట్టినింటికిఁ బంపి యీ కృపఁ జూచి మా
వంక మేలు దలంచుచున్ హిమవంతు నింటికి మీర లే
ణాంకశేఖర! కొందఱన్ విమలాత్ములన్ గమలాక్షి కై

యుంకు వీ దగు వారిఁ బంపుట యొప్పు నయ్య మహేశ్వరా!"307

308-వ. అనిన విని య ప్పరమేశ్వరుండు చెలుల విన్నపం బవధరించి శైలకన్యకా తిలకంబు నవలోకించి యి ట్లనియె.308

309-క."మీ తండ్రి యున్న చోటికిఁ
బ్రీతిగ నిన్నడుగఁ దగిన పెద్దల వేగం
బాతతిగతిఁ బుత్తెంతుఁ జు
మీ తలపోయ వల దింక మీననిభాక్షీ!309

310-ఆ.నిన్నుఁ బాసి నిలువనేర్తునే నేర్చిన
తలఁపు లెట్లు నిలుచుఁ దరలనయన
తలఁపు నిలిచెనేని తను మధ్య యొంటరిమై
ప్రాణ మెట్లు నిల్చుఁ బంకజాక్షి!"310

311-వ. అని మఱియు తగిన లాగున న మ్మహాదేవిని మన్నించి రజత ధరణీధరంబునకు నీశ్వరుండు వేంచేసె ననంతరంబ య క్కాంతా తిలకం బగు గౌరీదేవియుఁ దన్ను మహేశ్వరుండు మన్నించిన మన్ననలకు నత్యంత ప్రమోదంబు నొంది తన సఖీజనంబులుం దానును దపోవనవాసంబు చాలించి తుహినాచల శిఖరంబుఁ బ్రయాణంబు చేసె నని చెప్పె.311

ఆశ్వాసాంతము

312-ఉ.రాజిత రాజరాజ దినరాజ భుజంగమరాజ భారతీ
రాజ నిలింపరాజ మునిరాజ పయోనిధిరాజ రాజ గో
రాజ విహంగరాజ యమరాజ సరోజనివాసవాసినీ
రాజ సురాధిరాజ గిరిరాజ నిరంతర వంద్య శంకరా!312

313-క.మద సామజా జినాంబర!
యుదయార్క సహస్రకోటి సూజ్జ్వల తేజా!
మదనోన్మదహరలోచన!
సదమల యోగీంద్ర హృదయ శరనిధిచంద్రా!313

314-మా. ధవళవృషభవాహా! తారశైలేంద్రగేహా!
భవహరణగరిష్ఠా! పద్మజాండప్రతిష్ఠా!
దివిజరిపువిదారా! దేవదైత్యాస్థిహారా!
దివిజవినుతమూర్తీ దేవతాచక్రవర్తీ.314

315-గ. ఇతి శ్రీ మన్మహా మహేశ్వర యివటూరి సోమనారాధ్య దివ్య శ్రీపాద పద్మారాధక కేసనామాత్య పుత్ర పోతయ నామధేయ ప్రణీతం బైన శ్రీ వీరభద్రవిజయం బను మహా పురాణ కథ యందుఁ దారకాసుర సంగ్రామంబును; దేవతల పరాజయంబును; దేవేంద్ర బ్రహ్మా సంవాదంబును; అమరుల యమరావతీ ప్రవేశంబును; మరుండు సుర నగరంబునకుఁ బ్రయాణంబు సేయుటయు; మన్మథ పురందర సంవాదంబును; మదన రతీ సంవాదంబును; జిత్తజుండు పరమేశ్వరునిపై దండెత్తి పోవుటయుఁ గామ దహనంబును రతీ విలాపంబును; గపటదైవజ్ఞ వృత్తాంతంబును గౌరీదేవి తపంబు

సేయిచుండ శివుండు బ్రహ్మచారి వేషంబున వచ్చుటయుఁ బార్వతీదేవి తపః

ప్రయాసంబునకు నీశ్వరుండు మెచ్చి ప్రత్యక్షం బగుటయు నన్న ద్వితీయాశ్వాసము.315

తృతీయాశ్వాసము

హిమవంతుఁడు పార్వతిఁ జూచి పలుకుట

1-క.శ్రీ గౌరీఘనసుస్తన

భాగాంకితగంధసారభాసుర వక్షో

భాగ! నిశానాథాజటా

భాగా! లోకాధినాథ! పార్వతినాథా!

2-వ. పరమజ్ఞానభావుం డగు వాయుదేవుం డమ్మహామునుల కిట్లనియె; నవ్విధంబునఁ దనకు బరమేశ్వరుండు ప్రత్యక్షం బై యాదరించిన నోషధిప్రస్థానపురంబున కరుగుదెంచి సుందరీజనంబులుం దానును వినయవినత లై నిలిచినఁ బార్వతీదేవిని గనుంగొని ధరాధరేంద్రుండు నిజసుందరీ సహితుం డై సవినయంబున గౌగిలించుకొని దీవించి యమహాదేవిచిహ్నంబు లవలోకించి యిట్లనియె.

3-మ.“లలనా నీముఖపద్మ మెంతయు మహాలంకార మై కాంతి ని

శ్చల మై యున్నది నేడు నీ నయనము ల్సంపుల్లనీలోత్పలం

బుల సత్కాంతికి నీడు దోఁచినవి నీ బోట్లందఱున్ సొంపు మై

గలుగం బొంగినవార లేమి చెపుమా? కాంతామణీ! ధీమణీ!

4-మ.ఉవిదా! నీ తప మీశ్వరుం డెఱిఁగినట్లొప్పారెనే మించెనే

భవదూరుండును సన్నిధై నిలచెనే పాటించి మన్నించెనే

శివుటం గన్నియ సన్నిధిన్నిలచెనే తెల్లంబుగా నొండొరుల్

తవులన్ని ల్చితిరే యభీష్టములు సంధానంబులై యుండునే!"

5-వ. అని పలుమాఱుఁ గుమారిని గీర్తించుచు దేవీ నీకు పరమేశ్వరుండు ప్రత్యక్ష మైన తెఱంగు తేటపడ వినం గుతూహలం బై యున్నది; వినిపింపు మని యడిగిన దుహినాచలేంద్రునకుఁ బార్వతీదేవిచెలు లగు జయవిజయ లిట్లనిరి.

పార్వతి చెలులు హిమవంతునకు జరిగిన వృత్తాంతంబు చెప్పుట

6-¬-చ.వినుము, గిరీంద్ర! నీ తనయ వేగ తపోవనభూమిలోనికిన్
జని విమలాత్మ యై తగిలి సంతతమున్ హృదయంబులోన శం
భుని పదపూజనల్ సలిపి భూరివిచిత్రతపంబు చేసె నీ
వనజదళాక్షి మంచుకును వానకు నెండకు నోర్చి ధీరతన్.

7-వ. ఇవ్విధంబున నశ్రాంతంబును నత్యంతఘోరంబును నగు తపంబు సేయుచుండ, నొక్కనాఁడు గిరీంద్రా! నీ కేమి చెప్ప నప్పరమేశ్వరుండు లీలావినోదంబున బాలుం డై వటువేషంబు దాల్చికొని, యేము చరించుచున్న వనంబునకుఁ జనుదెంచి, మమ్ము డగ్గరి "యీ బాల యెవ్వరిబాల?" యని యడిగిన; నేమును సముచితభాషణంబుల "మునీంద్రా! యీ కన్నె హిమనగేంద్రుని కన్నియ" యని పలికిన నతండును మాతో మఱియు ని ట్లనియె.

8-క."ముదితలు మీరందఱు స
మ్మదమున సేవింప రాజమందిరములలోఁ,

గదలక వర్తింపఁగ సతి
యిది యేలా సేయఁ దొడఁగె నీ తప" మనియెన్.

9-క.అని పలుక నంత నెఱుఁగక
మునినాయకుఁ డొక్కఁ డనుచు ముక్కంటి శివు
న్వనజాక్షి కోరి చేసెడి
ఘనతప మని పలఁకుటయును గాంతామణియున్.

10-వ. నగేంద్రా! యా వటుకకుమారుఁ డైన శివుండు దాని కి ట్లనియె.

11-సీ." చెల్లరే! యీజాడ శివుఁడు నీ సాటియే
దేశంబు దిరిగెడు తిరిపె కాఁడె
ఆహారవాంఛమై నడుగ నింటింటికి
నొరిది భిక్షముఁ దెచ్చు జోగి గాఁడె
ఎక్క గుఱ్ఱము లేక యెద్దు నెక్కుచునుండు
తొలుత నెంతయు దరిద్రుండుగాఁడె
కట్టఁ జీరెలు లేక ఘనగజచర్మంబు
గట్టిన పెద్దజంగంబు గాఁడె

ఆ.ఒంటిగాఁడు గాఁడె యొలుకులలో భూత
తతియుఁ దాను నుండు తపసిగాఁడె
యేల కోరె దతని నెత్తి కొంపోయెద
నన్నుఁ దగిలి రమ్ము; నలిననేత్ర!"

12-వ. అని మఱియు నతండు తన నిజ గుణంబులు చెప్పుటయును బార్వతీదేవికి నింద్యంబు లై తోఁచిన నక్కపటతాపసిం జూచి "వీని వనంబు వెడలఁ ద్రోయుం" డని పంచిన నేమునుం గదసి పెనంగెడు సమయంబున; నంతర్హితుం డై ప్రసన్నత్వంబు నొంది యీశ్వరుండు నిజదివ్యాకారశోభితుం డై నిలిచి తరుణియుం దానును కైలాసంబునకుం బోవ గమకించిన భవదీయ భక్తివశంబున మావిన్నపం బవధరించినవాఁ డై గౌరీదేవి నుపలాలించి నిజమందిరంబునకుం దానే చనియె మేమును జనుదెంచితిమి కతిపయ దివసంబుల లోపల మన యింటికి నీ కుమారీతిలకంబు నడుగ దగువారలం బుత్తేరంగలవాఁ" డని యేర్పడఁ జెప్పిన.

13-క.త్రిభువనపతికిని శివునకు
నభినవకీర్తులను మామ నయ్యెద ననుచున్
విభవంబున సంతతమును
రభసంబున శైలవిభుఁడు రంజిలుచుండెన్.

14-క.తనుమధ్య నిమిత్తంబున
ఘనకీర్తులు గలిగె ననుచు గౌరీకాంతన్
తనుఁ జేర దగిచి గారవ
మున నలకలు దువ్వి శిరము మూర్కొని ప్రీతిన్.

15-త.
వనజలోచనతోడ నా హిమవంతు డి ట్లనె "బాలికా
యనిమిషుల్ నుతియింపఁ గంటి ననంతరాజ్యముఁ గంటి శం

భునికి మామ హిమాచలుం డను పుణ్యకీర్తులు గంటి నా

తనయ పై నను గారవించినదానఁ జేసి తలోదరీ!

16-క.అని పలుమాఱును బొగడుచు

వినయంబున సతియుఁ దాను విమలేందుముఖిన్

జనని యని సేవ సేయుచు

ననురాగముఁ బొందె శీతలాచలపతియున్

శంకరుఁడు సప్తమహర్షులను బిలుచుట

17-మత్త.వాసుకీకరకంకణుం డగు వామదేవుఁడు గౌరిఁ గై

లాసశైలముమీఁద నుండి తలంచి యా చలికొండకున్

భాసురంబుగఁ బోయి యుంకున బాలకిచ్చి నిజంబుగాఁ

జేసి రాఁగలవార లెవ్వరు శిష్టనైపుణమానసుల్.

18-క.బలము గలవారు నిపుణత

గలవారును బుద్ధినీతి గలవారును ని

ర్మలత గలవారు సంపద

గలవారు వివాహతతికిఁ గావలయు ధరన్.

19-వ. అంత నక్కడ మహేశ్వరుండు “మునీంద్రులారా! దేవకార్యంబుఁ దీర్ప నెల్లరు

నిచ్చోటికి విచ్చేయుదురు గాక.”

20-క.అని సప్తర్షులఁ దలఁచినఁ

జనుదెంచిరి తలపులోనఁ జయ్యన వారుం
జనుదెంచి నిలిచి నిజకర
వనజంబులు మొగిచి మ్రొక్కి వలనొప్పారన్.

21-వ.ఇట్లు స్తుతియింపఁ దొడంగిరి.

22-క."శంకర! పాపభయంకర!
కంకాళకపాలహ స్త! గంగాధిపతీ!
ఓంకార మంత్రమందిర!
కంకణభుజగాధినాధ! కారుణ్యనిధీ!
23-సీ.శరణార్ధి కలధౌతశైలేంద్ర మందిర!
శరణార్ధి దిననాథచంద్రనయన!
శరణార్ధి పరమేశ! సర్వజ్ఞశేఖర!
శరణార్ధి గణనాథచక్రవర్తి!
శరణార్ధి దేవేంద్ర సంతతార్చితపాద!
శరణార్ధి నిర్మలచారువదన!
శరణార్ధి యోగీంద్రసంతానభూజాత!
శరణార్ధి గజదైత్యచర్మధార!

ఆ.వరద! దేవదేవ! వాసుదేవప్రియ!
సకలలోకనాథ! శైలనాథ!
కనకశైలచాప ఖడ్గమూల స్తంభ
దేవ! సత్ప్రతాప దివ్యరూప!

24-క.పంచశరాంతకలోచన!
పంచానన పంచరూప భాసురకీర్తీ!
పంచేంద్రియాది నిర్జిత
పంచాక్షర దివ్యరూప! ప్రమథాధిపతీ!
25-శా.ఏ వేదంబులకైన గూఢతరమై యేపారు నీ రూపమున్
దేవా! కంటిమి యెంత పుణ్యలమొకో దేవేశ! మీ రాత్మలో
భావింపం బనియేమి? మీ తలఁపు మా భాగ్యంబు సిద్ధించెనో
కైవల్యాధిప! యానతిమ్ము కరుణన్ గర్జంబు సర్వేశ్వరా."
సప్తమహర్షులను శీతాచలంబునకుఁ బంపుట

26-వ.అని విన్నవించిన మునిజనంబులం గనుంగొని మహేశ్వరుం డతులిత కరుణాపూరిత మానసుం డై యిట్లనియె.

27-సీ.శీతాచలేంద్రునికూఁతుఁ బార్వతికన్య
నతిమోదమున మాకు నడిగి రండు
ఉడురాజవదనకు సుంకు వేమడిగిన
నెంతైన మైకొని యిచ్చి రండు
మదిరాక్షి నాతండు మనకిచ్చునట్లుగాఁ
బెంపార నుంగ్రముఁ బెట్టిరండు
పాలకూళ్లు గుడిచి బాలను మనసొమ్ము
చేసిరం డనువొందఁ జేసి రండు
ఆ.ఇదియె మాకు మెచ్చు నెల్ల భంగులనైన

దీని~ జేయవలయు~ దెఱ~గు మెఱసి
కదలిపోవ నిదియె కడుమంచిలగ్నంబు
భూధరేంద్రపురికి~ బోయి రండు.

28-వ.అని పలికి యన్యపురుషావలోకనంబు సేయక వసిష్ఠపాదావలోకనంబు సేయుచున్న పతివ్రతాశిరోమణి యగు నరుంధతిం జూచి శివుం డిట్లనియె.

29-మ.వనితా కూ~తుల~ బెండ్లి సేయు నెడలన్ వాచాలకుల్ తల్లులే
యని లోకంబులు పల్కు~ గాన సతి నీ వద్రీశు నిల్లాలితో
నొనరం గన్నియకున్ వరుండు దగు మీరూహింప~గా నేల యి
మ్మని కార్యంబు ఘటింపంగా~ బలుకుమీ~ యంభోజపత్రేక్షణా!"

30-వ.అని యానతిచ్చిన మహామునులు నరుంధతీ సమేతులై పరమేశ్వరునకు షాష్టాంగదండప్రణామంబు లాచరించి వీడ్కొని పరమానందంబున నత్యంత శుభసూచకంబులు వొడగాంచుచుం దుహినశిఖరంబునకు~ బ్రయాణంబు చేసి వోవుచున్న నతిదూరంబున.హిమవద్గిరి వర్ణనము

31-సీ.మింటిచుక్కలతోడ మేలమాడుచు నున్న
ఘన మేఘసంఘంబు గలుగు దాని
భూరి తపోవన భూమీరుహంబులు
కమలాకరంబులు గలుగు దాని
గంధర్వ ఖేచర గణ విమానంబులు

గప్పిన రత్నశృంగముల దాని
శుక పిక శారీకానికర ధ్వనులచేత
నతి రమణీయమై యలరు దాని
ఆ.సిద్ధ దంపతులు వశీకృతకాములై
సానుతలము లందు సరస మాడఁ
జెలువుమిగులుదాని శీతాచలేంద్రంబుఁ
గరము వేడ్కతోడఁ గనిరి మునులు.

32-వ. మఱియును.

33-చ.సలలిత కామధేనువులఁ జందన కల్పమహీరుహంబులన్
లలిత తరంగిణీతటములం గరుడామరసిద్ధకన్యలన్
విలసిత సూర్యకాంతముల విస్ఫురితేందుశిలాతలంబులన్
చెలువగు భూధరేంద్రమును శీతనగేంద్రముఁ గాంచి సంయముల్.

34-వ. తమలో ని ట్లని తలంచిరి.

35-సీ.వేదంబు లాతని వెదకి కానఁగ లేని
గంగాధరుండు తాఁ గరుణ మెఱసి
మనల నాఢ్యుల జగన్మాన్యులఁ బూజ్యుల
నాత్మలో రప్పింప యర్థితోడ
నగవల్లభుని యింటి కరిగి యాతఁడు కన్న

కూఁతురు పార్వతీకోమలాంగి
తనకుఁ గా నడిగి రండని ప్రీతిఁ బుత్తెంచు
చున్నాఁడు యీ భూధరోత్తముండు
ఆ.ఎంత పుణ్యుఁ డగునొ యిట్లొప్పునే యీతఁ
డెంత ధన్యుఁ డగునొ యెంతభక్తి
చేసినాఁడొ తొల్లి శివునకు బాపురే
యనుచుఁ గీర్తి చేసి రాదిమునులు.

36-వ. అని మఱిమఱి కీర్తించు నమ్మహామునులు ప్రాలేయాచలంబు డాయంబోయి మహీధ్రవల్లభు మందిరంబు వీక్షించి ఖేచరత మాని భూచరులై యతని పెద్దమొగసాల నిలచి యున్న సమయంబున.

37-చ.అనఘులు, దీర్ఘదేహు, లుదయార్కనిభుల్, విమలాత్మకుల్, మృగా
జినధరు, లగ్నితేజులు, విశిష్టతరాకృతు, లార్యు, లంబుజా
సన సము, లాదిసంయములు, సప్తఋషుల్ చనుదెంచి యున్నవా,
రని హిమశైలభర్త ఘణిహారులచే విని నిత్య భక్తి తోన్.
హిమవంతుఁడు మునులం బూజించుట

38-వ. అత్యంత సంభ్రమంబునఁ దన యనుంగు మొగపాలకుఁ బఱతెంచి వారలం గని, వినయంబునఁ బ్రణామంబులు చేసి, యమ్మహత్ములఁ దన యంతఃపురంబునకుం గొనిపోయి ప్రియ పూర్వకంబుగా నర్ఘ్య పాద్యాది విధులం బూజించి కనకరత్న పీఠంబుల నుండ నియోగించి నిజకరంబులు మొగిడ్చి మంద మధురాలాపంబుల ని ట్లనియె.

39-శా."నన్నున్ బెద్దరికంబు చేసి కరుణన్ నా యింటికిన్ మీర లి
ట్లెన్నం డేనియు రానివారలు ప్రియం బేపార వేంచేసి నేఁ
డున్నా రిచ్చట నెంత పుణ్యుఁడ నొకో యో మౌనులారా! మిమున్
గన్నా రం గనుఁగొంటి మంటి విలసత్కల్యాణలోలుండ నై.

40-వ. మునీంద్రులారా! మీరు వేంచేయుటకుఁ గారణం బేమి యానతిత్తురు గాక"
యనవుఁడు నద్దివ్యసంయము లి ట్లనిరి.

41-క.ఉడురాజధరుఁడు శంభుఁడు
మృడుఁడు మహేశ్వరుఁడు శివుడు మీ యింటికిఁ బెం
పడరఁగ నీ సుతఁ బార్వతి
నడుగఁగ బుత్తెంచె మమ్ము నచలాధిపతీ!

42-వ. అనిన విని సర్వాంగ పులకాంకితుం డై భక్తిసంభ్రమ పరమానంద చిత్తుం డై
కైలాసపర్వతంబు దెసం గనుంగొని కరంబులు మొగిడ్చి తన మనంబునఁ బరమేశ్వరునకుఁ
బ్రణామంబు చేసి యిట్లనియె.

43-ఆ."శివుఁడు మునులచేత శీతాచలముకూఁతు
నడుగఁ బంపె ననఁగ నవనిలోన
నన్నుఁ బెద్దచేసి మన్ననసేయంగఁ
దలఁచెఁ గాక యేను దనకు నెంత.

44-వ. అదియునుం గాక.45-క.ఎవ్వరిసొమ్ము తలోదరి
యెవ్వరి దాసుండ నేను నెల్లప్పుడు మా
కెవ్వఁడు దైవము శంభుఁడు
సర్వేశుఁడు దానె కాదె సకలవిధములన్.

46-వ. మమ్ము నే ప్రకారంబుల నైనఁ గారుణ్యభావంబున రక్షించు గాక" యని పలికినఁ
దుహినశైలేంద్రు నకు నమ్మునీంద్రు లి ట్లనిరి.

47-మ."అరయంగన్ శివభక్తి యింత వలదే యౌనౌ జగన్మాత నీ

చరితం బిట్టిది గానఁ గాక యిచటన్ జన్మించునే తొల్లి త

త్పురజిత్తుండును మమ్ము నొండెడలకున్ బుత్తెంచునే ధారుణీ

ధరమాత్రంబుల కింత కీర్తి గలదే? ధాత్రీధరేంద్రోత్తమా!

48-ఆ.నిన్నుఁ బోల వశమె నీ యంత పుణ్యుండు

అఖిల జగము లందు నరయఁ గలఁడె?

యీశ్వరేశుపంపు నింతఁ బాటింతువె?

యిట్టిభక్తి గలదె? హిమనగేంద్ర!

49-క.శంకర దేవుఁడు మాతో

నుంకు వడిగి నంత పెట్టు మువిదకు నన్నాఁ

డింకిట నెయ్యది గొనియెదు

కొంకక మాతోడఁ జెప్పు కుధరాధిపతీ!"

50-వ. అనవుఁ డి ట్లనియె "మిమ్ముఁ బార్వతీదేవికి నుంకువ యిచ్చి రండని యానతిచ్చె

నేని, మునీంద్రులారా! వీఁడు నా వాఁడని యెల్ల భంగు లందును నిరంతర

కరుణాయత్తచిత్తుం డై నన్ను మన్నించుటయ నాకు నా కుఁతురకును పదివే లుంకువలు

పెట్టుట యగు మీ యానసుండీ మీకుం దగినపని చేయుదు బాలిక నాలోకింపవలయు"

నని కుమారీతిలకంబు నలంకరించిన.

51-క.వనితామణి రూపమునకుఁ

గనుచాటుగఁ జేర్చి కప్పు గప్పినభంగిన్

ఘనకుసుమగంధ నవమణి

కనకాంబరములను చాలఁ గైసేసి రొగిన్.

52-క.మానిను లిరుదెసఁ గొల్వఁగ

జానుగ నల్లల్ల శైలజను దోకొనుచున్

మేనక చనుదెంచుటయును

మౌనులతో శైలవిభుఁడు మఱి యిట్లనియెన్.

53-క."అదె మా బాలిక వచ్చెను

సదమలతరహృదయులార! సర్వేశునకున్

ముందితకు నీడుగ(జూడుఁడు

పదపడి శుభలక్షణములు పరికింపుఁ డొగిన్."

54-వ. అనిన విని మునీంద్రులు కుమారి నాలోకించి జగదభినవ కల్యాణరూపంబునకు నాశ్చర్యామోఘహృదయు లై యిట్లనిరి.

55-క."ఆదియు నంత్యము దవ్వగు

వేదాతీతుండు శివుఁడు విభుఁడుగ(బడసెన్

బైదలి శుభలక్షణములు

వేదంబులకైన(దరమె వివరింపంగన్.

56-వ. గిరీంద్రా! యమ్మహాదేవి శివదేవునకు(బరిణయంబు గా(దగు; నిద్ధఱికి నీడయి యున్నది; కార్యంబును గొలికికి వచ్చినది "శుభస్య శీఘ్ర" మ్మని పెద్దలు పలుకుదురు గావున దీనికి(దడయనేల సంఘటింపు" మని మునీంద్రులు వాంఛితకోమల భావాంకురంబులు వెలుంగ మంగళంబు లగు నాకాశగంగాతరంగిణీ జలంబులును, సల్లలితంబు లగు నశ్వత్థ పల్లవంబులును తాంబూల కనకకలశ కుసుమ గంధాక్షతంబులును మఱియుఁ దక్కిన మంగళ ద్రవ్యంబులు దెప్పించి; సువర్ణపీఠంబున శుభముహూర్తంబున నక్కాంతాతిలకంబు నుండ నియోగించి; విధ్యుక్త ప్రకారంబున నర్చించి; అధికపుణ్యాహంబు చేసి; పుణ్యాహజలంబులు శిరంబునం బ్రోక్షించుకొని కళ్యాణ వాద్యంబులు చెలంగ ముదితకు ముద్రారోపణంబు చేసి గిరీంద్రునకు నుంకువ ముడుపిచ్చి సంయమీంద్రులు పరమానందంబున.

57-ఆ.పాలకూళ్లు గుడిచి శైలాధిపుని యింట

రమణతోడ నాఁటి రాత్రి యుండి

గౌరితండ్రి తమకుఁ గట్టంగ నిచ్చిన

సత్ప్రియంబుతోడ సమ్మతించి.

58-వ. మఱునాఁ డమ్మహాముసీంద్రులు మనంబార వీడ్కొని రజతధరణీధర శిఖరంబునకుఁ బ్రయాణంబు చేసి సర్వేశ్వరుం గాంచి సాష్టాంగదండ ప్రణామంబు లాచరించి "దేవా! దేవర యానతిచ్చిన పను లెల్లను శుభకరంబు లై సిద్ధించె" నని తత్ప్రకారంబు తెలియ విన్నవించినవారై యిట్లనిరి.

మునులు దాము జరిగించిన కార్యమును శంకరునకు దెలుపుట

59-సీ.దేవేశ! మీ రానతిచ్చిన పనిఁ బూని
యిరవొప్పఁ బయనమై యేము బోయి
తన యింటి కరిగినతఱి మము బొడఁగని
యెంతయు దవ్వు మా కెదురు వచ్చి
యతిభక్తితో మ్రొక్కి యర్ఘ్య పాద్యాదుల
నమరఁ బూజించి పీఠములు పెట్టి
క్షేమంబు లరసి తాఁ జేతులు మొగిడించి
"యేతేరఁ గారణం బేమి" యనిన
ఆ."నీలకంధరుండు నీ కూఁతు పార్వతి
భామఁ దనకు నడుగఁ బంపె" ననుడు
భక్తితోడ మ్రొక్కి పలుదెఱంగుల నిట్లు
గారవించి పలికెఁ గామవైరి!

60-క."సరి మీ మన్ననలకుఁ దగు
నరుదా యిటువంటి భక్తి వలదే మనకున్
గిరిరాజు సేయు భక్తికి
సరి యెన్నఁగఁ గలదె భక్తి చంద్రాభరణా!

61-క.పలుమరు ముల్లోకంబులఁ

జెలులం జూచితిమి గాని చింతింపఁగ నా
లలనకుఁ గల లక్షణములు
కలయఁగ నే చెలుల యందుఁ గానము దేవా!

62-క.ఆ కన్నులు నా చన్నులు
నా కురు లా ముద్దుమోము నా నెరు లా ర
మ్యాకారము నా మధ్యము
నే కాంతల యందు నెఱుఁగ మిభచర్మధరా!

63-క.నీలాహి మేనికంటెను
నీలాళులకంటె నింద్రనీలముకంటెన్
నీలరుచిఁ బోలు నంబికనీలాలక లేమి చెప్పఁ; నీలగ్రీవా!

64-క.బాలేందుఁడు చంద్రానన
ఫాలముతో సాటి యనఁగఁ బలుకుదురు కవుల్
బాలిక ఫాలరుచులపై
బాలేందుం డెంతవాఁడు బాలేందుధరా!

65-క.సుదతీలలామబొమలకు
వదలక సరిసేయ నొకటి వచ్చునె నీ చేఁ
గదనమునఁ దెగడ యేనియు
మదనున కది విల్లుగాదె మదనారాతీ!

66-ఉ.సోమునిఁ దోడుతెచ్చుకొని స్రుక్కక చిల్కలుఁ దేంట్లు గొల్వఁగాఁ
గాముఁడు విల్లునమ్ములు నఖండతఁ బట్టినయట్లు దోఁచు నా
భామముఖాబ్జరేఖయును బల్కును గొప్పును భ్రూలతాంగమున్
గాముఁడు నీవు చంపుటయుఁ గల్లనిపించె శశాంకశేఖరా!

67-క.సుందరి మృగలోచనముల
యందము లందందుఁ గల్గు టది నూనము దా

నిందీవరముల యందును

గందర్పుని శరము లందుఁ గంజము లందున్.

68-సీ.జలజాక్షి నెమ్మోముఁ జందురుఁ బోల్తమా

చందురు నందునఁ గందు గలదు

కన్నియ వదనంబుఁ గమలంబుఁ బోల్తమా

కమలంబు పుట్టుచోఁ గసటు గలదు

మోహనాంగి ముఖంబు ముకురంబుఁ బోల్తమా

ముకురంబు నందున మృదువు లేదు

మానిన రదనంబు మణిపంక్తిఁ బోల్తమా

మణులెల్ల రా లనుమాట గలదు

ఆ.ఇంక నేమి బోల్త మింతి యాననముతో

సృష్టి నేమిసాటి సేయవచ్చు

మగువ మొగము కాంతి మలహర! నీ యాన

త్రిభువనంబు లందు నభినవంబు.

69-క.చిలుకల కోయిల పలుకుల

వెలయంగా టొంకు గలదు వీణెయుఁ దానై

పలుకఁగ నేరదు కన్నియ

పలుకులతో సాటి యేమి పలుకుదుము శివా!

70-ఆ.చెలువ కరము కెంపు చిరతరారుణ కోమ

లంబు లైన పల్లవంబు లందు

నందమైనయట్టి చెందామరల యందుఁ

గలుగనోపుఁ గాని గలుగ దెందు.

71-సీ.తరుణి చన్నులు భద్రదంతికుంభము లన్న

దంతికుంభములకుఁ గాంతి లేదు

కొమరాలి కుచములు కోకద్వయము లన్నఁ
గోకంబు లోకచోటఁ గూడకుండు
కన్నియ చనుదోయి కనకకుంభము లన్నఁ
గనకకుంభము లవి గరఁగఁబడును
పొలఁతుక పాలిండ్లు పూబంతు లందమా
పూబంతు లంటినఁ బ్రోది మణఁగు.
ఆ.గానఁ బోల్పఁ దగదు కాంత పయోధర
యుగళమునకు నింక జగములోన
నేమి పోల్పవచ్చు నీశాన! చెప్పవే
పణఁతిఁ బొగడవశమె బ్రహ్మకైన.
72-క.తెలివకుఁ జన్నులప్రేఁగున
మఱి యల్లల నాడుచున్న మధ్యము ప్రేఁగై
విఱుగునది విఱుగకుండుట
వెఱఁగయ్యెను మాకుఁ జూడ విశ్వాధిపతీ!
73-క.చెలువకుఁ గేకిసములకును
కలహంసాధీశునకును గజరాజునకున్
వెలఁది నడుచుక్రియ లట్లను
నలి నడవం దరము గాదు నాగేంద్రధరా!
74-క.లలనామణి యగు పార్వతి
విలసితకల్యాణరూపవిభవము చెప్పన్
మలహర! నీయాన సుమీ
జలజాసను కైనఁ జనదు చంద్రాభరణా!
75-ఆ.అతివ యిట్టి దట్టి దని చెప్పరా దెందు
దేవదేవుఁ డైన దేవ! నిన్ను

నధిపుఁ గాఁగఁ బడసె నంతయ చాలదే
వెలఁదిలక్షణములు వేయు నేల?
76-వ. దేవా! మానేర్చు ప్రకారంబున నీ యనుగ్రహంబున మీకుఁ బరిణయంబుగా నిశ్చయించి పార్వతీదేవికి ముద్రారోహణంబు చేసి వచ్చితిమి; యింకఁ దడయ నేల? వివాహలగ్నంబు నిర్ణయించి హిమనగేంద్రుఁ డున్న చోటికి లేఖలు పంపుదురు గాక; మహాత్మా! గరళకంధరా! మీ కల్యాణమహిమాభిరామంబు చూడ వచ్చెదము; సోమశేఖరా! శరణం" బని విన్నవించిన మునినాథుల ననుకంప సొంపు మిగుల నానంద రసంబుల నోలలార్చి యమ్మహేశ్వరుండు.
పార్వతీపరిణయమునకు బ్రహ్మాది దేవతలు వచ్చుట

77-ఆ.దేవిఁ బెండ్లియాడ దిన మేది లెస్స యో
యెఱుఁగవలయు నంచు నీశ్వరుండు
భారతీశుఁ దలఁచె బాలేందుజూఁటుని
తలఁపుతోనఁ గూడ ధాత వచ్చె.
78-వ. ఇట్లు చనుదెంచి బ్రహ్మ తనకుం బ్రణామంబు చేసి నిలచినఁ గనుంగొని; సముచిత ప్రకారంబుల గారవించి; యతని నప్పరమేశ్వరుండు విధ్యుక్త ప్రకారంబుల వివాహ లగ్నంబు నిర్ణయించి తన పెండ్లికి రమ్మని చతుర్దశభువనంబు లందుఁ జాటింపం బంచిన.
79-ఉ.దేవర పెండ్లి నేఁ డనుచుఁ దేజము సొంపున భోగరాయఁడై
దేవత లందఱుం గొలువ దేవమునుల్ నుతి సేయఁగా శచీ
దేవియుఁ దాను గూడి చనుదెంచె మహేంద్రుఁడు పెంపు తోడ నై
రావణదంతి నెక్కి మునిరంజనుకొండకు వెండికొండకున్.
80-ఉ.నాలుగుశృంగముల్ మెఱయ నాలుక లేడు వెలుంగఁ గోర్కులన్
దేలుచు మూఁడు పాదములు తేటపడన్ నిజ వైభవోన్నతిన్
వ్రాలుచు నేగుదెంచె నజవాహన మెక్కి ధనంజయుండు ని

ల్లాలును దానుఁ గూడి త్రిపురాంతకు కొండకు పెండికొండకున్.

81-ఉ.దండధరుల్ మహోఘను లుదగ్రులు కింకరు లోలిఁ గొల్వ ను

ద్దండ లులాయవాహుఁ డయి దర్పముతో మణిభూషణాంగుఁ డై

దండధరుండు వచ్చె ఘనదండము కేల వెలుంగఁ గామినీ

మండితుఁ డై మనోజమదమర్దనుకొండకు పెండికొండకున్.

82-ఉ.మానవు నెక్కి రాక్షసులు మన్నన సేయఁగ నభ్రవీథి పై

మానవకేతనం బడర మానినియున్ దనతోఁడ రాఁగ స

న్మానిత వస్త్రభూషణరమానధరుం డయి వచ్చెఁ బ్రీతితో

దానవనాయకుండు జితదైత్యునికొండకు పెండికొండకున్.

83-ఉ.మోదత సప్తసంద్రములు ముంగలఁ గొల్వఁ గెలంకులందు గం

గాది మహానదుల్ సముదయంబుగ రా ఝుషకాంత వాహుఁ డై

శ్రీ దనరార నేఁగె రుచిఁ జెన్నగు కానుక లెల్లఁ గొంచుఁ దాఁ

బైదలిఁ గూడి వార్ధిపతి భర్గునికొండకు పెండికొండకున్.

84-చ.ముని నికరంబులుం గొలువ మోదము నొందుచు మానసంబులన్

జనములు పల్లవింపఁ గడుఁ జల్లని కమ్మని గాడ్పు వీచుచున్

వనజదళాక్షితో హరిణవల్లభు నెక్కి జగజ్జనానురం

జనమున నేఁగె నమ్మదనసంహరుకొండకు పెండికొండకున్.

85-ఉ.సంగడికాని పెండ్లి యని సంతస మందుచు మేలురాజ్యల

క్ష్మిం గడుఁ దేజరిల్లుచును జెల్వయుఁ దాను దుకూలరత్నమా

తంగ తురంగ కాంచన కదంబముఁ గొంచుఁ దురంగవాహుఁడై

సంగతి నేఁగె విత్తపతి శంకరుకొండకు పెండికొండకున్.

86-చ.నొసల విభూతిఁ బూసి కడునున్నని యేనుఁగుతోలుఁ గప్పి రా

జసమున పాములం దొడిగి చారుత్రిశూలపినాకహస్తుఁ డై

యెసఁగిన వేడ్కతోఁ దనదు నింతియుఁ దానును వచ్చె శూలి దా

బసవని నెక్కి జూటహిమభానునికొండకు వెండికొండకున్.

87-మ.ఘనశృంగారముతో మహామహిమతోఁ గళ్యాణియుం దాను స

జ్జనితోల్లాసులు పుణ్యభాగవతులున్ సంసారదూరాత్మకుల్

సనకాదుల్ కడుఁగొల్వ మింట నరిగెన్ సంప్రీతితో మాధవుం

డనఘుం డాఢ్యుఁడు వెండికొండకు ఖగేంద్రారూఢుఁ డై రూఢితోన్.

88-క.వలనొప్ప మునులు గొలువఁగఁ

గలహంసాధీశు నెక్కి గ్రక్కున వాణీ

లలనయుఁ దానును వచ్చెను

జలజాతభవుండు రజతశైలము కడకున్.

89-క.తారాగ్రహములు గొలువఁగఁ

దారాహితకమలహితులు తద్దయు వేడ్కన్

దీరొప్ప నేగు దెంచిరి

తారాచలశిఖరమునకు ధన్యాత్మకులై.

90-క.నర కిన్నర గరుడోరగ

సుర దనుజేంద్రాది సిద్ధ సురముని విద్యా

ధర గంధర్వాధీశులు

వరుసం గైలాసమునకు వచ్చిరి ప్రీతిన్.

91-వ. ఇట్లు గౌరీకళ్యణవిలోకనకాంక్షు లై సకలమైన వారును కలధౌతధరణిశిఖరంబుఁ

బ్రవేశించి పరమేశ్వరుం గాంచి వినతులై వినుతించుచున్న సమయంబున వారలఁ

గరుణతోడం గనుంగొని యమ్మహేశ్వరుం డిట్లనియె.

దేవతల క్షేమము నీశ్వరుం డడగుట

92-మ.“ లలితానందమె? పాకశానన! మనోల్లాసంటె? సప్తార్చి! మంగళమే? భానుజ!

లెస్సలే? దనుజ! సౌఖ్యంబే? జలాధీశ! సంజలమే? మారుతి! మోదమే? ధనద!

విశ్రామమంటె? యీశాన! శ్రీపొలుపే? మాధవ!" యంచు నేమ మరసెన్ భూతేశుఁ

డింద్రాదులన్.

93-వ. ఇ ట్లడిగిన నంత నమ్మహాదేవునకు దేవత లి ట్లనిరి.

94-క." శరణార్థి భక్తవత్సల!

శరణార్థి పురాణయోగిజనమందారా!

శరణార్థి దురిత సంహార!

శరణార్థి మహేశ! రుద్ర! జలజాక్షనుతా!

95-క.దేవా! మీ కృప గలుగఁగ

భావింపఁగ మాకు నెపుడు భద్రము సుమ్మీ

దేవేశ! మిమ్ముఁ గంటిమి

కావున ధన్యులమఁ గామె గంగాధిపతీ!"

96-వ. అని మఱియు బహుప్రకారంబుల వినుతింప నద్దేవ సమూహంబుల ముందఱ

నిల్చి విరించి యిట్లనియె.

97-మ."గమనింపం గడు లెస్స నేఁడు శుభలగ్నం బెల్లి బృందారకుల్

కమలాక్షాదులు వచ్చినారు తడయంగా నేల వేంచేయుఁ డీ

హిమశైలేంద్రుని వీటినుండి వినయం బేపార నిచ్చోటికిన్

రమణన్ లేఖలు వచ్చెఁ బెండ్లికి మిమున్ రమ్మంచు సర్వేశ్వరా!"

98-వ. అని విన్నవించిన విరించి వచనంబులకుఁ బంచాననుండు రంజిల్లి లౌకికాచారంబు

విచారించి తన మనంబున.

99-గీ.

గౌరి తాన పోయి కలయంగ నిటమీఁద

భువన మెల్ల శైలపుత్రి యనఁగ

సవతితల్లి యనుచు జాలి బొందెడు నని

ప్రీతి నేకదంతుఁ బిల్వఁ బంచె.

గజాననుని పార్వతీపరిణయమునకుఁ దీసికొని పోవుట

100-శా.రావో కుఱ్ఱఁడ! యంచుఁ గౌఁగిటికిఁ జేరం బిల్చి యూరార్చి య
ద్దేవుం డేనుఁగుతుండముం బుణికి మూర్ధఘ్రాణముం జేసి స
ద్భావుం డంకతలంబుపై నునిచి సంభావించి ప్రేమాబ్ధిఁ దా
దైవారం దన ముద్దుపట్టికిని గందర్పాంతకుం డిట్లనెన్.
101-శా.లెమ్మా! శీతనగేంద్ర పట్టణమునన్ లీలార్థ మై యున్న మీ
యమ్మం దేవలె నుండనీ దగవు నీ వాయత్త మై తోడితే
రమ్మా! నీవును నీ గణంబులును సంరంభమ్ముతో ముందఱం
బొమ్మా! మేమును గూడ వచ్చెదము సమ్మోదంబుతోఁ బుత్త్రకా.
102-వ. అని గణనాథ చక్రవర్తిని గై సేసి.
నందివాహనుం డై శంకరుండు పరిణయంబునకుం జనుట

103-సీ.గగనవాహిని కప్పు మకుటంబు ధరియించి
లేఁత వెన్నెలఁ బువ్వుభాతిఁ దుఱిమి
ప్రాఁత పాములనెల్ల పరిహారమును చేసి
మఱిక్రొత్త పాములమణులు దొడిగి
దందశూకాధిశుఁ దలచుట్టుగాఁ జుట్టి
పొలుపార నెద భూతిపూతఁ బూసి
పొడల నున్నని క్రొత్తపుట్టంబు ధరియించి
యేనుగుచర్మంబు మేనఁ గప్పి
ఆ.నీలకంధరబున నెమ్మితోఁ బటికంపుఁ
బూససరులు పైచి పొలుపు మిగులఁ
జెలువు చేసి యిట్లు శివుడు చతుర్ధశ

భువనరాజ్యలక్ష్మి బొలుపు మిగుల.

104-వ. మఱియును శృంగారవారాశి యై మారారాతి మహామోదంబున.

105-సీ.ఘణిఘణిల్లున పైచు ఘన మైన అంకెలఁ

గులశైలగుహలు ఘూర్ణిలి చెలంగ

మహితవాలోద్ధూత మారుతవశమున

దిక్కులు చొరుగు లై తిరుగుచుండ

కొండలు కోరాడు కొమ్ముల నమ్మెటి

ధారాధరంబులు దగులుపడఁగ

పదఘట్టనమున భూభారదక్షుం డగు

శేషాహి యల్లన శిరము వంపఁ

ఆ.గొమరుశృంగములును ఖురములుఁ గింకిణీ

ఘంటలును జెలంగఁ గడఁకతోడ

నందమైన యట్టి నందికేశ్వరు నెక్కి

పుష్పవృష్టి గురియ భూతవిభుఁడు.

106-క.హరుఁ గొల్చి సకలజనములు

కరమొప్పగ నడువఁ గదలి గణనాథుం డా

సరిబొజ్జ పెంచి నిక్కుచు

మురియుచు మూషకము నెక్కి ముందట నడిచెన్.

107-వ. ఇట్లు గతశృంగార వైభవాడంబరంబున నప్పరమేశ్వరుండు గోరాజగమనుం డై; గౌరీకళ్యాణం బవధరించు తలంపు మనంబున సందడిప సొంపు మిగిలి తుహినగిరి కుధరంబునకుఁ బ్రయాణంబు సేయ గమకించి; సమంచితాలంకారుం డై తన పూర్వభాగంబునఁ దుంబురు నారదాది వీణానాదంబుల వారును; దివ్య దుందుభి నిస్సాణ శంఖ కాహళ ఘంటికా వాద్యంబుల వారును; దండి చండీశ్వరాది మంగళపాఠక జనంబులుఁ గొలిచి నడువ; వారలం గదసి తానును తన యిరుగెలంకు లందు

నాసన్నవర్తు లై తమతమ వాహనంబులతో నారాయణ భారతీశులును; వారలం గదసి దేవేంద్రాగ్ని దినేంద్రతనయ దితిసుత వరుణ వాయు కుబేర ప్రముఖు లైన దిక్పాలకులును; వారల దక్షిణోత్తర భాగంబుల సూర్య చంద్రాది నవగ్రహంబులును; మఱియును దన యుపరి భాగంబున సుబల సుమంత మాండవ్య మరీచి మందపాల మార్కండేయ దధీచ్యుపమన్య వామదేవ దూర్వాస వసిష్ఠ గౌత మాగస్త్య కౌశిక కణ్వాది ముని జనంబులును; మూర్తిమంతంబు లైన వేదశాస్త్ర తపోధర్మ సత్యంబులును; వారల పిఱుంద వాలఖిల్యాది మహాపురాణసిద్ధులును సనక సనందన సనత్కుమారాది యోగీంద్రులును; దివిజముని గరుడ కిన్నర గంధర్వ సిద్ధ విద్యాధర కన్యకా జనంబులును; భృంగిరిటి వీరభద్రాది గణంబులును గతిపయ దూరంబునఁ బ్రమథగణంబులును: దైత్య దానవాధీశ్వరులును బరివేష్టింప; నమ్మహామూకలలోనఁ జొచ్చి యెడనెడ సందడి నేయుచు సూర్యవర్ణసోమవర్ణాది మహాప్రమథ నాయకులు మహాలెక్కలై కొలువ నందంద కుసుమవర్షంబులు విడువక జడివట్ట కురియ నానాలోక రంజనామోద సుగంధ మారుత స్పర్శనంబున జనంబులు మనంబులు పల్లవింప నమ్మహేశ్వరుండు జగన్మోహన మహిమాభిరాముండై వివాహంబునకు వచ్చుచున్న సమయంబున.

108-క.మలహరుఁడును బెండ్లికి రాఁ
గలవాఁడని మున్నె యెఱిఁగి గౌరవమున బం
ధులకును లేఖలు బంపఁగఁ
దలఁచె గిరీంద్రుండు వేగఁ దగఁ జారులచేన్.

109-సీ.మలహరుఁ డీశుండు మన పాప నడుగంగఁ
బుత్తెంచుటయు మేము నత్తెఱంగు
మహిఁ బెద్ద లగు వారి మన్నన బంధుల
రప్పించి తగ విచారంబు చేసి
వామదేవుఁడు తగు వరుఁ డని భావించి
నెలఁతకు నీడు గా నిర్ణయించి

యుంకువఁ గొంటిమి యొనరంగ నిటమీఁదఁ
బెండ్లి లగ్నంబు సంప్రీతితోడఁ
తే.బేర్మి నీ శోభనము చక్కఁ బెట్టవలయుఁ
గరుణ వేంచేసి మీ రెల్లఁ గల ఫలంబు
లీలఁ దన్నొంటిఁ జేయక లేఖఁ గన్న
యపుడ రండని బ్రీతితో నద్రివిభుఁడు.
110-మత్త.వెండికొండకుఁ బైఁడికొండకు వింధ్యయన్ బలుకొండకున్
చండభానుఁడు దోఁచుకొండకు సాగరాంతపుఁ గొండకున్
మండనం బన నొప్పు కొండకు మందరం బను కొండకున్
కొండరాయఁడు పంపె లేఖలు కోటి కాలరి పంక్తిచేన్.
111-వ. ఇట్లు తన సర్వబంధుజనులకు గౌరీవివాహమహోత్సవం బెఱింగించి పంచిన వారును నిజ బంధు సహితు లై తత్క్షణంబునఁ జనుదెంచిన.
హిమవంతుపురంబు నలంకరించుట

112-ఉ.భూరివిలాసుఁ డై త్రిదశపుంగవసంగతసంగుఁ డై జటా
భారసుధామరీచి మన పార్వతి పెండ్లికి వచ్చుచున్న వాఁ
డారయ నీక్షణం బనుచు నందము గాఁ దన యున్న ప్రోలు శృం
గారము సేయఁ బంచె శుభకౌతుకచిత్రవిభూతి నొప్పఁగన్.
113-వ. ఇట్లు పురంబు శృంగారంబు చేయం బంచిన.
114-క.మణులను గనకంబుల ద
ర్పణముల నవ పల్లవముల బహువస్త్రములన్
బ్రణుతగతిని నెత్తిరి తో
రణములు పురవీధు లందు రచ్చల యందున్.
115-సీ.మృగనాభిజలములు ముంగిళ్లఁ జల్లిరి

ముగ్గులు దీర్చిరి ముత్తియములఁ
దనర నంగళ్లఁ జిత్తరువులు వ్రాసిరి
హేమకుంభము లెత్తి రిండ్ల నెల్లఁ
బహుమార్గముల నంది పడగలు గట్టిరి
కీలించి కట్టరి మేలుకట్లు
కమనీయగతుల వాద్యములు మ్రోయించిరి
యెలమి శృంగారించి రెల్లచోట్లఁ
ఆ.బరఁగ సకలలోకపతికి సమర్పింప
నాయితములు చేసి రఖిలమణులు
సర్వజనులు మిగుల సంపద నొందిరి
భూధరేంద్రుఁ డేలుపురమునందు.

116-వ. మఱియు ననేకప్రకారంబుల నాదిమపురుషుఁ డగు విశ్వకర్మచే నిర్మితం బైన యోషధిప్రస్థపురంబు శృంగారంబు చేయించి తన పర్వతంబునం గల బిలంబులు కొలంకులు సానుదేశంబులు నలంకరించె నగ్గిరీంద్రుం డంత.

117-సీ.తారకాసురుచేతి దారుణకృత్యముల్
మానుగ నిటమీఁద మాను ననియుఁ
దారలదీధితి తలకొని మాయించు
టెంత యింతటఁ గరుణింతు ననిము
హరు పెండ్లి చూడ రండని మేరుగిరి చాటు
వారికిఁ జెప్పఁ బోవలయు ననియు
గౌరీవివాహలగ్నం బెల్లి ప్రొద్దునఁ
దిరిగి తూర్పునఁ బొడతెంతు ననియు
ఆ.సంభ్రమించి పెండ్ల సాటించి యవ్వలి
దిక్కు మొగము చేసి తీవ్రగతుల

సకల జారిణీ వ్రజంబులు హర్షాబ్ధిఁ

గ్రుంకె నపరవార్ధిఁ గ్రుంకె నినుఁడు.

118-క.కమలారి పనుపుగూఢ

క్రమమున జని పేగుచూచు కాలరులక్రియన్

గమలములరాజు గ్రుంకిన

క్రమమున నొక్కొక్క చుక్క గానంబడియెన్.

119-ఉ.చీఁకటి గప్పె నాకసము జీఁకటి గప్పె దిగీభకుంభముల్

చీఁకటి గప్పె భూతలముఁ జీఁకటి గప్పెఁ జరాచరాదులన్

జీఁకటి గప్పె దంపతుల చిత్తపయోజవనాంతరంబులన్

జీఁకటి గప్పె లోకములు చీకులు సేయుచు నంతకంతకున్.

120-వ. ఇట్లు నిబిడాంధకార బంధుర పటలంబున నందంబులై భూతజాలంబు

సుప్తంబునుం బొంది యున్న సమయంబున.

121-సీ.రత్నాకరము ద్రచ్చ రాజుపుట్టెడువేళఁ

దొడఁగిన యమృతబిందువు లనంగ

కమలవైరిని రాహు గబళింప నంతంతఁ

దొరఁగు వెన్నెలరేని తునుక లనఁగ

నాకాశలక్ష్మి దా హరుని పెండ్లకి నిరు

కేలఁ బట్టిన సేసఁ బ్రా లనంగ

నిఖిలేశునకు బ్రహ్మ నీలాంబరమున మే

ల్కట్టు కట్టిన మౌక్తికంబు లనఁగ

ఆ.వీధు లేర్పడంగ వెలుఁగు మెఱుంగుల

చిదుపలమరుభంగిఁ జెలువు మిగిలి

గగనవీధినుండి ఘనతర నిబిడాంధ

కారమనియఁ దారకంబు లొప్పె.

చంద్రోదయ వర్ణనము

122-సీ.మఱిఁగిన విరహుల మానంబు లెడలించి
యిరవైన చీఁకటియిండ్ల కనిపి
మఱిఁ గోకముల నెల్ల మఱువులుగాఁ దోలి
నీలోత్పలంబుల మేలుకొలిపి
వెలయఁ జకోరకావలికి విందులు పెట్టి
నీరజాతంబుల నిద్ర పుచ్చి
వనధుల నుబ్బించి వలరాజ నెగయించి
మందమారుతము కానంద మొసఁగి
ఆ.తనదు తెలుపుచేతఁ దలకొని నిఖిలంబు
తెలుపుఁ గాఁగఁ దూర్పుదిక్కు నందుఁ
జల్లదలము చూపి జగము లన్నింటికి
మామ యనఁగఁ జందమామ వొడిచె.
123-వ. మఱియుఁ దదీయసాంద్ర చంద్రికా వితానపట పరిభ్రమణ సంభ్రమణంబు నభినవ
వితాన విరాజితం బై చకోర సముదయ సామ్రాజ్య వైభవంబై కుసుమశర
భుజబలాతిశయాభిరామ హేతుభూతం బై విరహిణిజన నికర హృదయ విహ్వలీ కృతాకారం
బై జగన్మోహనం బై యొప్పుచుండె నంతఁ గ్రమక్రమంబున.
సూర్యోదయ వర్ణనము

124-సీ.నలినదళంబుల కిలకొని పెలయించి
కువలయదళముల క్రొవ్వణంచి
కుసుమబాణుని పెంపు కొంత నివారించి
విరహులఁ బట్టినపెట్టిఁ దెలిపి

యంధకారము నెల్ల హతమును గావించి
చుక్కలతేజంబు జక్కఁబెట్టి
మద చకోరంబుల మదములు విడిపించి
నిఖిలజగంబుల నిద్ర మాన్పి
ఆ.వేఁడిదీప్తి దిశల వెదచల్లి మునులును
నమరసంఘములును నర్ఘ్యజలము
లొసఁగఁ బూర్వశైల దెస నభిరమ్యమై
తామ్రకిరణుఁ డైన తరణి వొడిచె.

125-వ. ఇట్లు ప్రభాత సమయం బై యొప్పె నంతక మున్న తదీయ ప్రభాతకాల నిశ్చయాలోకన మనోరథుండై తుషారధరణీధరేంద్రుండు వంది మాగధ మంగళపాఠ కాది జనంబులు కళ్యాణ వాద్యంబులతో నత్యంత శోభన తూర్యంబు లవార్యంబు లై చెలంగ నాలించి ప్రాతస్స్నాన ప్రాణాయామ సంధ్యాది సముచిత కృత్యంబులు నిర్వర్తించి గృహదేవతా ప్రార్థనంబు చేసి ధన కనక ధేను ధాన్యాది మహాదానంబుల ననేక భూసుర నికరంబులకు నుపచరించి తదీయ మంగళాశీర్వాద ప్రమోదమానమానసుం డై తదనంతరంబున.

126-మ.తమ పెద్దింటి యరుంగుమీఁదఁ గడఁకన్ ధాన్యంబు పైఁ బెండ్లిల
గ్న ముపాధింపఁ బసిండి పేర్పున నభోగంగానదీ తోయముల్
రమణం బోసి యలంకరించి ఘుడియారం బొప్పఁ గట్టించి య
య్యమరాచార్యునిచే మహామహిమతో నర్కప్రతాపంబునన్.

127-వ. ఇట్లు ఘుడియారంబు పెట్టించి పరమేశ్వరుండు వేంచేయుచున్నాఁడు; ఎదుర్కొన పోవలయుఁ దడవుసేయరాదని సంభ్రమానందంబున.

128-సీ.గంధమాదన మేరు కైలాస శైలాది
కులశైలభర్తలు గొలిచి నడువ
పుణ్యకాహళులును బుణ్యదుందుభులును

బుణ్యశంఖంబులు వొలచి మ్రోయ

మంగళపాఠక మాగధ వందిజ

నంబులు శుభకీర్తనములు సేయ

కదిసి పేరంటాండ్రు కళ్యాణములఁ బాడ

పరిజనంబులు తన్నుఁ బలసి కొలువ

తే.లలిత సామ్రాజ్యవైభవలక్ష్మి మెఱసి

పరఁగ నంతంత మ్రొక్కుచు భక్తితోడ

శైలముల కెల్ల రాజగు శైలవిభుఁడు

ఎలమి నేతెంచెఁ బరమేశు నెదురుకొనఁగ.

129-వ. ఇవ్విధంబున నెదురకొనం జనుదెంచి పంచాననుం డాదిగా నెల్ల వారలమీఁద సేసలు చల్లుచుఁ గరపల్లవంబులు మొగిడ్చి వినయంబునఁ బ్రణామంబులు చేసి "భక్తవత్సల! పరమేశ్వర! సర్వదేవతామయ! శంకరస్వామీ! మహేశ్వర! మహాదేవ! దేవతాసార్వభౌమ! శరణ్యం" బని పలికినం; గనుగొని యల్లల్ల నవ్వుచు శ్రీవల్లభుం జూచి "చూచితే" యని పలుకుచు నమ్మహేశ్వరుండు తన్ను డాయ రమ్మని చేసన్న చేసినం గదిసి తుహినాచలేంద్రుండు.

130-మ." జగదీశాయ! నమో నమో నవసుధాసంకాశితాంగాయ! శ్రీ

నగనాథాయ! నమో నమో శుభకరానందాయ! వేదార్థపా

రగవంద్యాయ! నమో నమో సురనదీరంగత్తరంగావళీ

మకుటాగ్రాయ! నమో నమో మునిమనోమందార! సర్వేశ్వరా!

131-ఉ.విదితతంత్ర మంత్రవాద వేదధర్మ మర్మముల్

వెదకుఁ గాని నిన్నుఁ గాన లేవు యిట్టి నీకు స

మ్మదముతోడఁ గన్నె నిచ్చి మామ నైతిఁ బుణ్యసం

పదలు గంటిఁ గీర్తిఁ గంటిఁ బంచవదన! శంకరా!"

132-వ. అని వినుతించుచున్న గిరీశ్వరుం జూచి విరించి మొదలగు దేవతాబృందంబు లి ట్లనిరి.

133-తే."పరఁగ విహిత మైన పనులను జేయంగఁ
బోవవలయునేని పోవు మిపుడు
దేవదేవుఁ డేగుదెంచుచు నున్నాఁడు
తడవు సేయఁ దగదు ధారుణీధ్ర!"

134-వ. అనిన విని "విహితకృత్యంబులు సర్వాయత్తంబు లై యున్నవి మహాత్ములార! మీతోడ నే చంద్రశేఖరుఁ గొలిచి వచ్చెద" నని పలికిన నయ్యవసరంబున.

135-క.గౌరినాధుని పెండ్లికి
నీరేడుజగంబు లెల్ల నేతెంచుటయున్
భారమునకు సైరింపకతారాచలవల్లభుండు తద్దయుఁ గడఁకన్.

136-తే.దేవదేవు పెండ్లి తెఱఁగొప్ప నంతయుఁ
జూడఁ దలఁచి నిక్కి చూచె ననఁగ
దక్షిణంబుదిక్కు ధారుణి యంతయుఁ
గడలనొడ్డగెడవు గాఁగ నెగసె.

137-వ. అంత నంతయుం బరికించి సకలలోకరక్షకుఁ డగు నారాయణ దేవుం డమ్మహాదేవున కిట్లనియె.

138-శా." స్వామీ! శంకర! కంకణోరగపతీ! సంపూజ్యబృందారకా!
కామధ్వంసక! సర్వలోకములు మీ కళ్యాణముం జూడ స
త్ప్రేమన్ వచ్చుటఁ జేసి యుండఁగ మహాప్రేఁగై భరంబోర్వ కీ
భూమీచక్రము గ్రుంగె నీవు సమతం బొందించి రక్షింపవే."
వుఁడు భూసమత్వంబునకై యగస్త్యుని దక్షిణదిక్కునకుఁ బంపుట.

139-వ. అనవుడు సర్వేశ్వరుండు.

140-త.

వరమునీశ్వర పద్మజాసన వర్ణనీయు మహాత్మునిన్,

శరధు లెల్లను లీలఁ ద్రావిన చండకోపునిఁ గోటి భా

స్కర సమాన విభున్, ధరాసమసత్త్వుఁ, గుంభజుఁ బంపె సు

స్థిరతమై సమ మయ్యె దక్షిణదిక్కు ధారుణి చెచ్చెరన్.

141-వ. అంత.

142-మ.వెలయన్ శంభుఁడు శైలరాజుపురికిన్ వేంచేసె నమ్మూకతో

నలి నవ్వేళఁ బురాంగనాజనము లానందంబుతో నందఱున్

జెలులుం దామును నుత్సవం బొదవఁగా శృంగారముం జేసి త

త్కలధౌతాచలనాథుఁ జూడ మదిలోఁ గాంక్షించి యోర్తోర్తుతోన్.

అంగనాజనంబు లీశ్వరునిఁ జూడవచ్చుట.

143-ఉ."కాలునిఁ గెల్చి లీలమెయిఁ గాముఁ బరాజితుఁ జేసి కొండరా

చూలికిఁ జిక్కి జూటమున చుక్కలరేని ధరించి జాణఁ డై

వేలుపుటేటిమిండఁ డొగి వేడుక వచ్చుచు నున్నవాఁడు నీ

లాలకలార! రండు మనమారఁగఁ జూతము కోర్కి దీరఁగన్.

144-చ.పురహరుఁ జూడ రండు శివుఁ బూర్ణమనోరథుఁ జూడ రండు ని

ర్జరనుతుఁ జూడ రండు నెఱజాణనిఁ జూడఁగ రండు యిందుశే

ఖరు మదిఁ జూడ రండు విషకంధరుఁ జూడఁగ రండు దేవశే

ఖరు శివుఁ జూడ రం" డనుచుఁ గాంత లనంతమనోరథంబులన్.

145-చ.కనకలతాసమూహములొ కాఱుమెఱుంగులొ కాముదీములో

మనసిజబాణజాలములొ మన్మథరాజిత లక్ష్ములో యనం

సనవగుమోహజాలములొ చక్కనిచుక్కలొ చంద్రరేఖలో

యనఁగఁ దలోదరుల్ త్రిభువనాభినవప్రభ యుల్లసిల్లఁగన్.

146-ఉ.బాలలు పూర్ణ యౌవనలుఁ బ్రౌఢలు లోలలుఁ బుణ్యపణ్య నీ
లాలక లంబుజాత విమలానన లోలి నలంకరించుచో
వేలుపురేని దా వెలయ వీనులఁ బూజలు సేయుచాడ్పునన్
గ్రాలినహేమపత్రములు గర్లములం దిడి వచ్చె నోర్తుదాన్.

146-మ.తిరమై తుమ్మెద మొత్తముల్ కమలపంక్తిం గప్పు భావంబునన్
హరినీలాంచిత మేఖలావళులు దా మందంద శీఘ్రంబుగన్
హరుఁ జూడన్ బఱతెంచు వేగమునఁ బాదాంభోజ యుగ్మంబులన్
బరఁగన్ బాఱుచు మ్రోల నేఁగిరి సతుల్ ఫాలాక్షు నీక్షింపఁగన్.

148-క.మృడుఁ జూచు లోచనంబులఁ
దొడరి మదాంధముల నెల్లఁ దొలఁగఁగ నిడి తా
వెడలించిన క్రియ నొక్కతె
కడకంటం బారఁ దీర్చెఁ గాటుక రేఖల్.

149-క.అత్తఱి నొక్కతె పదముల
లత్తుక హత్తించి క్రొత్తలత్తుకతో న
చ్చొత్తిన కమలంబులగతి
జొత్తిల్లన్ జంద్రమౌళిఁ జూడఁగ వచ్చెన్.

150-చ.అడుగుల నశ్వవేగ మిభయానకు నంచుఁ జెలంగు పోలికన్
గడుకొని పాదపద్మముల ఘల్లని యందెలు మ్రోయఁ జెచ్చెరన్
తొడవులు వేడుకం దొడిగి తొయ్యలి యొక్కతె పుష్పమాల క్రొ
మ్ముడిపయిఁ గానరాఁ జెదిరి ముందట వచ్చె మహేశుఁ జూడఁగన్.

151-మ.పరమేశుం బరికించు సంభ్రమగతుల్ భావంబు లో నెంతయున్
స్థిరమై యొప్పిన లోలతం గదియఁ దా శృంగారమున్ జేయఁగాఁ
గర మర్థిన్ మఱిపొంది యెంతయును శృంగారంబుగా వచ్చె స
త్వరయై మోదముఁ బొంది యొక్క సతి కైవల్యాధిపుం జూడఁగన్.

152-క.ఉడురాజధరల కెల్లను

దొడవయ్యెడు నాకుఁ దొడవుఁ దొడుగఁగ నేలా

తొడవులు దొడిగినఁ గొఱఁతని

యుడురాజోత్తమునిఁ జూడ నొక్కతె వచ్చెన్.

153-క.మారారికిఁ దిలకం బగు

తారాపతి గేలిసేయఁ దలఁచిన భంగిన్

నీరజలోచన తిలకము

చారుగతిని గప్పుర మిడి సయ్యన వచ్చెన్.

154-సీ.పన్నీట మృగమదపంకంబు మేదించి

నిపుణత మైదీఁగె నిండ నలఁది

చతురలై కొప్పుల జడచొళ్లెములు పెట్టి

లీలమైఁ బుష్పమాలికలు చేర్చి

బహువస్త్రములు గట్టి పాలిండ్లకవలకు

నల్లల్ల మాటుపయ్యదలు దిగిచి

వివిధభూషణములు వెఱవొప్ప ధరియించి

ఘనపారములఁ దిలకములు పెట్టి

ఆ.యఖిలభువనమోహనాకారములు గ్రాలఁ

బూర్ణచంద్రుఁ బోలు మోము లమర

విశ్వనాథుఁ జూడ వేడుక దళుకొత్త

సంతనమునఁ బురముకాంత లెల్ల.

155-వ. ఇట్లు విలసితాలంకారంబున.

156-ఉ.చంచలనేత్రి దాను "దన చన్నులుఁ గన్నులు ముద్దుమోములున్

బంచశరాపహారికిని భాతిగ నల్లనఁ జూపి చూడ్కి నా

టించెద నేర్పు లెల్లఁ బ్రకటించెద లోలత నన్ను డాయ ర

ప్పించెద మన్మథుం గెలుచు బీర మణంచెద చూడు బాలికా!

157-ఉ.ఒక్కటి చెప్పెదన్ వినుమ యొయ్యన రమ్ము లతాంగి! నేఁడు నా

చక్కదనంబు చూచి మదసామజచర్మధరుండు శూలి దా

చిక్కునొ చిక్కఁడో నిజము చెప్పుము నాకుఁ గురంగలోచనా!

చిక్కినఁ జిక్కకున్న మఱి చెల్వలతో వినుపింపకుండుమీ."

158-శా." లోలాక్షి! తగు నీదు విభ్రమము నాలోకించి కామార్థియై

వాలాయంబుగఁ జిక్కుఁ జంద్రధరుఁ డో వామేక్షణా! నేఁడు శ్రీ కైలాసాద్రివిభుండు వొందు

ఘనగంగావాహినీమౌళి నా

శూలిం గన్నియ చూడ్కి లోఁబఱచు" నంచున్ దారు గీ ర్తించుచున్.

159-వ. ఇట్లు బహుప్రకారంబులఁ దమలో నొండొరులు నుపశమించుచు

మన్మథాలాపంబులు పలుకుచున్న మన్మథోత్సాహమానసు లై సంభ్రమంబున.

160-సీ.కుంభికుంభముఁ బోలు కుచకుంభభరమున

వెడవెడనడుములు వీఁగియాడ;

బాలేందుఁడునుబోలు ఫాలస్థలంబున

నీలకుంతలములు దూలుచుండఁ;

జారుచక్రముఁ బోలు జఘనచక్రంబుల

నమరఁ గట్టిన మేఖలములు వీడఁ;

బంకజంబులఁబోలు పాదయుగ్మంబుల

వడివడి నడుఁగులు తడఁబడంగ

ఆ.గోపతీశుఁ జూచు కోర్కులు ముడివడఁ;

జేడె లొకతొకర్తుఁ గూడఁ బాఱి

"యల్లవాఁడె వచ్చె నమరులతోఁ బంచ

వదనుఁ డల్లవాఁడె; వాఁడె" యనుచు.

161-మత్త.వేడుకం బురకన్యకల్ దమ వీధులం బొడ పైన యా

మేడమాడువు లెక్కి చూచుచు మేలిజాలక పంక్తులన్

గూడి చూచుచు శంభుఁ జూచుచు గోపవాహఁ నుతించుచున్

బాడుచుం దమలోన ని ట్లని పల్కి రప్పుడు ప్రీతితోన్.

162-సీ.“ కమాలాక్షి! యీతఁడే కళ్యాణమూ ర్తి యై

సమ్మోదమున వచ్చు జాణమగఁడు

కామిని! యీతఁడే ఘనజటావలిలోన

మిన్నేరుఁ దాఁచిన మిండగీఁడు

వెలఁదిరో! యీతఁడే వెన్నెలపాపని

పువ్వుగాఁ దురిమిన పుట్టుభోగి

మగువరో! యీతఁడే మన గౌరి నలరింప

మాయపు వటు వైన మాయలాఁడు

ఆ.ఉ త్తమాంగి! యితఁడె విత్తేశు చెలికాఁడు

విమలనేత్రి! యితఁడె వేల్పుఱేఁడు

యిందువదన! యితఁడె మందిరకైలాస

కంధరుండు నీలకంధరుండు.”

163-వ. అని మఱియు.

164-సీ.గోరాజగమనునిఁ గొనియాడువారును

శంభుపై సేనలు చల్లువారు

పరమేశు నాత్మలో భావించువారును

గిరిరాజునల్లు నగ్గించువారు

లోకైకనాథు నాలోకించువారును

శివదేవుకై కూర్మి సేయువారు

తరుణేందుధరుఁ బొందఁ దమకించువారును

మృడునకుఁ గేలెత్తి మ్రొక్కువారు

ఆ.భూధరేంద్రుఁ జాల భూషించువారును

సొరిది నమరకోటిఁ జూచువారు

కొమరుమిగుల నీకుఁ గొనియాడువారును

మెలఁగి రప్పురంబు మెలఁత లెల్ల.

శివుండు పార్వతీ సహితుఁడై మంగళస్నానాదుల చేయుట.

165-వ. ఇట్లు పరమేశ్వరుండు పురంబుఁ బ్రవేశించి యందుఁ దుహినాచలేంద్రుండు తనకు నియమించిన విడిదికి నెయ్యంబు తోడ నిట్లు వచ్చిన.

166-సీ.అతివలు కస్తూరి నలికించి ముత్యాల

ముగ్గులు దీరిచి ముదముతోడ

రత్నపీఠమునకు రాజాస్య మేనకతోఁ బార్వతీదేవిఁ దోడి తెచ్చి

పసుపుటక్షింతలు పరఁగంగ దీవించి

పెట్టి వాద్యంబులు బెరసి మ్రోయ

తల్లి దలంటంగఁ దగు మజ్జనము లార్చి

యొప్పారఁ దడియొత్తు లోలిఁ దాల్చి.

ఆ.బహుళ రత్న చయము బడిసి పొందుగ పైచి

పట్టుపుట్టములను గట్ట నిచ్చి

పేరఁటాండ్రు చూడ పెండ్లికుమారిఁ గై

సేయఁ దలఁచి గడగి చెలువు మిగుల.

167-ఆ.దేవిరూపమునకు దృష్టిదాఁకెడు నంచు

మాటుసేయుభంగి మణిసువర్ణ

పుష్పవస్త్రగంధముల నలంకారించి

రెలమితోడ గౌరి నిందుముఖులు.

168-వ. ఇట్లు శృంగారించి శైలవల్లభు పెండ్లింటిలోనికిఁ దోడి తెప్పించి రంత;

నప్పరమేశ్వరుం డంతఁ దన యున్న మందిరంబున శ్రౌత పుణ్యాహవాచనంబులు

బ్రహ్మచేతం జేయించి వివాహ కౌతూహలంబున.

169-ఉ.పొందుగఁ బుష్ప మేఘములు పువ్వులవానలు జల్లుజల్లునన్

దుందుభి కాహళ ధ్వనులు తూర్వరవంబులతో గణాధిపుల్

సందడిచేయ దేవతలు సంభ్రమతం జయవెట్ట బ్రహ్మ గో

వింద పురందరుల్ గదిసి వేడ్క గెలంకుల యందుఁ గొల్వఁగన్.

170-చ.చెలువ పులోమనందనయు శ్రీయు నరుంధతియున్ సరస్వతీ

లలనయుఁ బెక్కువస్తువులు లాలితవృత్తిఁ బసిండిపళ్లెరం

బుల నమరించి దేవ ముని పుణ్యవధూ జనకోటితోడఁ గ్రం

తలుగొని పాడుచున్ నడువ ధన్యులు దిక్పతు లెల్లగొల్వఁగన్.

171-క.వేదంబులు గీర్తింపఁగ

నాదట సన్మునులు గొల్వ హర్షముతోడన్

ఆదిగిరీంద్రుని యింటికి

వేదాంతవిదుండు శివుఁడు వేంచేసె నొగిన్.

172-ఆ.వామదేవు వైభవంబుతోడనె వైభ

వంబు మెఱసి యప్పురంబు వెలసె

చందురుండు వొడమ నందంద ఘూర్ణిల్లు

పాలవెల్లిభంగిఁ బ్రజ్వరిల్లి.

173-వ. అమ్మహాదేవుండు తుహినాచలమందిరంబుఁ బ్రవేశించి నందికేశ్వరుండు

డిగ్గునవసరంబున నంతట సుందరీజనంబులు పసిండిపళ్లెరంబులతోడ మణి మరకత వజ్ర

వైడూర్య పుష్యరాగ గోమేధిక నీల ముక్తాఫలంబు లమరించి నివాళించి రంత.

174-క.ఎదురుగ సేసలు చల్లుచుఁ

బదపడి సింహాసనంబు పైఁ బరమేశున్

ముదమార నునిచి దేవర

పదకమలము లద్రిరాజు భక్తిం గడిగెన్.

175-క.మెఱయంగా మధుపర్కము

కఱకంఠుని కిచ్చి పెనుక కమనీయముగా

మఱిఁ గట్ట నిచ్చి కన్యకు

మఱువుగఁ దెరవారఁ బంచె మహితాత్ముఁడై.

176-వ. ఇట్లు తెరవారం బంచిన.

177-క.కరుణాపాంగుఁడు శంభుఁడు

సురపతి కైదండఁ గొనుచు సురుచిరగతులన్

దెర మ్రోల వచ్చి నిలిచెను

దెరమీఁదను గోటిచంద్రదీప్తులు వాఱన్.

178-క.ఇరువురు దమ రొండొరువుల

వరవదనాబ్జములు చూడ వాంఛితమతు లై

తెర యెప్పుడు వాయునొ యని

సరి నువ్విళ్లూరి రపుడు సతియుం బతియున్.

హిమవంతుఁడు కన్యాదానము చేయుట.

179-క.తెర వాసిన సమయంబునఁ

బరమేశ్వరుఁ జూడవమ్మ బాలిక యనుచున్

గిరిరాజు మంతనంబునఁ

దరళాక్షికి హైమవతికిఁ దా వినిపించెన్.

180-వ. అంత.

181-శా.కన్యాదానము చేసెఁ బర్వతుఁడు గంగామౌళికిన్ లగ్న మా

సన్నం బైన సురేంద్రమంత్రి కణఁకన్ సర్వంబు సంసిద్ధమై

జెన్నారం సుముహూర్త మన్నఁ దెరవాసెన్ మ్రోసె వాద్యంబు ల
న్యోన్యాలోకన మయ్యె దంపతులకున్ మోహానురాగంబునన్.

182-క.దేవర పదపద్మంబులు
దేవియు మణిపూజ చేసె దృగ్దీప్తులచేన్
దేవీవిలాస వననిధి
బావుగ నోలాడఁ జొచ్చె భవు చూడ్కుల దాన్.

183-శా.లీలన్ బార్వతి సేసలన్ శివుని మౌళిన్ బోసెఁ దాఁ గోరికల్
కేలిం దోయిటఁ బట్టి శంకరునిపైఁ గీలించెనో నాఁగ న
వ్వేళన్ సత్కృప దోయిలించి సతిపై విశ్వేశ్వరుం డిచ్చె నాఁ
బోలన్ శంభుఁడు ప్రాలుపోసెఁ దలపైఁ బూర్ణేందుబింబాస్యకున్.

184-శా.దేవాదిదేవుండు తెఱఁగొప్ప నంతలో
సతివామహస్తంబు చక్కఁ బట్టి
పెద్దింటిలోనుండి పెంపారఁగాఁ బెండ్లి
యరుఁగుమీఁదికి వచ్చి యర్థితోడ
బహురత్న పీఠంబుపై నొప్ప వేంచేసి
కమలజన్ముఁడు యాజకంబు సేయ
వేదోక్తవిధిని బ్రవేశహోమము చేసి
వెలుపటి కన్యఁ దాపలికిఁ దెచ్చి
ఆ.యొనర లాజకాదిహోమంబుఁ గావించి
మఱియుఁ దగిన కృత్యముల నొనర్చి
సకలలోకభర్త శంభుండు ముదముతో
నచలవృత్తి నున్న యవసరమున.

బ్రహ్మాదులు నమస్కరించి మన్మథుని వృత్తాంతముఁ దెల్పుట.

185-క.దేవతలు మునులు బ్రహ్మాయు
దేవేంద్రుఁడు గూఁడి మ్రొక్కి ధృతి నవనతులై
" భావజసంహరణ! మహా
దేవా! యవధారు దేవదేవ! మహేశా!

186-సీ.ఈశాన! మీ మెల్ల యీ మంగళము చూడ
భావించి రప్పించి పంచబాణుఁ
బుత్తేరఁగా వచ్చె భూతేశ! మీ యెడ
నతఁడు భక్తుండు మీ యడుగులాన
కాము చేసిన తప్పు గౌరీశ! మమ్మును
మన్నించి సైరించి మానితముగఁ
గంతు నాకారంబు కలకంఠ కృపచేసి
యి" మ్మని మ్రొక్కిన నీశ్వరుండు
ఆ.భక్తవత్సలుండు పార్వతికన్నియ
మోము చూడఁ బుట్టె కాముఁ డంత
నాగధరుని పెండ్లి నాలుగు దినములు
ప్రీతితోడ నుండెఁ బెంపు మిగిలి.

187-వ. అయ్యవసరంబున.

188-ఉ.అమ్మరునాఁడు రేపు తుహినాచలనాథుఁడు కూతుఁ బార్వతిన్
రమ్మని చేరఁ బిల్చి నిను రాజకళాధరు కిచ్చినట్టి భా
గ్యమ్ము ఘటించె నంచుఁ బులకల్ మెయి నిండఁగ నంత బాష్పముల్
గ్రమ్మ శిరంబు మూర్కొనుచు గౌరతమై కురు లెల్ల దువ్వుచున్.

పార్వతిని రజతశైలంబునకుఁ బంపుట.

189-సీ." కనుసన్న లాలించి కడు నప్రమత్తవై

దేవేశుమనుసు రాఁ దిరుగుమమ్మ
పంపకయట మున్న భర్త చిత్తములోని
పను లెల్ల నాయితపఱుపు మమ్మ
యటవారు నిటవారు నయ్యెడుగడయును
విభుఁడుగాఁ జూచి సేవింపుమమ్మ
యెన్నెన్నిభంగుల నే రూపముల యందుఁ
గరళకంధరు కెడ గాకుమమ్మ
ఆ.యాశ్రయించువారి నమ్మ రక్షించుమీ
యలర నత్తమామ గలిగిరేని
యప్పగిఁపవచ్చు నతనికి నెవ్వరు
చెలువ! లేరుగానఁ జెప్ప వలసె."
190-వ. అని యమ్మహీధరుండు.
191-సీ." కన్నియ! నీ రాజు గంధంబు బూయఁడు
మదనాంగ! భస్మంబు మాకు లేదు;
శృంగారి! నీ భర్త జీరలు గట్టఁడు
యిభదైత్యుతోలు మా యింట లేదు;
పొలఁతి! నీ నాథుండు పువ్వులు ముడువఁడు;
యింకొక్క క్రొన్నెల యింట లేదు;
లేమ! నీ భ ర్త పళ్లెరమునఁ గుడువడు;
విధికపాలమ్ము మా వెంట లేదు;
ఆ.గాన మనువుగడప గరళకంధరునకు
ధనము గొఱంత యైనఁ దగిన యట్టి
యుచిత ధనము లొసఁగకున్నచోఁ గన్నియ
జగము మెచ్చు గాదు తగవు గాదు."

192-వ. అని మహాదేవి నొడం బఱచి.

193-సీ.సన్నంబులుగఁ బెక్కు వన్నెలచీరెలు

భూరి నానా హేమభూషణములు

మత్తగజంబులు నుత్తమాశ్వంబులు

నాతపత్రంబులు నందలములు

పురములు చామరంబులు పుష్పకంబులు

కొలఁకులు వనములు గోగణములు

భాసిల్లు ధనమును దాసీజనంబులు

మణిపీఠములు దివ్యమందిరములు

ఆ.పరఁగ పర్వతములు బహుపుణ్యభూములు

వలయునట్టి వివిధ వస్తువులును

గరుణతోడ నపుడు గౌరీకుమారికి

నరణమిచ్చి యనిపె నచలవిభుఁడు.

194-వ. తత్సమయంబున.

195-శా.శ్రీకంఠుండు సదాశివుండు నియతిన్ శృంగారలోలుండు గౌ

రీకాంతాసహితంబు సమ్మదము పేర్మిం బోవ వేంచేసె సు

శ్రీకైలాసగిరీంద్ర పర్వతముకున్ శ్రీకామినీనాథ వా

ణీకాంతాధిప ముఖ్యు లెల్లఁ గొలువన్ నిత్యోత్సవప్రీతితోన్.

196-క.వరదుఁడు శంభుం డల్లుఁడు

కరమర్థిం జేసినట్టి గౌరవమునకున్

గిరిరాజు ప్రీతుఁ డయ్యెను

పరువడి దేవతలు జనిరి పరిణామముతోన్.

శివుఁడు గౌరితో సుఖముగా నుండుట.

197-ఉ.వేలుపుఱేఁడు శంకరుఁడు విశ్వవిభుండు గురుండు కొండరా

చూలియుఁ దానుఁ గూడి బహుసుందరలీలల వెండికొండపై

నోలుచు నుండె లోకములు సుస్థితిఁ బొందె ననేక కాలమున్

లాలితవృత్తితోడ నకలంకగతిన్ గడచెన్ ముదంబునన్."

198-వ. అని గౌరీదేవి వివాహోత్సవ క్రమంబు తెలియం జెప్పిన విని వాయుదేవునకు

నమ్మహామును లి ట్లనిరి.

199-క." నీలగళుం డను నామము

ఫాలాక్షున కెట్లు వచ్చె భర్గుఁడు కడిమిన్

హాలాహలవిషవహ్నుల

నేలా భక్షించె మాకు నేర్పడఁ జెపుమా."

200-వ. అనిన వాయుదేవుం డిట్లనియె.

పార్వతి శంకరుని నీలగళ కారణం బడుగుట.

201-సీ."కలధౌతగిరిమీఁద గౌరీశుఁ డొకనాఁడు

తపనీయమయ శిలాతలము నందుఁ

దొడలపైఁ దన కూర్మి తొయ్యలి నగజాత

నెక్కించుకొని గోష్ఠి నేర్పు మెఱసి

పేంచేసియున్నచో విశ్వేశు వదనార

విందంబు తెఱఁగొప్ప వెలఁది చూచి

" యో భూతనాయక! యో గోపతిధ్వజ!

కొమరారు నీ కంఠకోణమందు

ఆ.నలతి నలుపు కప్పు నిలువఁ గారణ మేమి

నాకుఁ జెప్పు" మనిన నవ్వి శివుఁడు

వనిత కోర్కెఁ దీర్పవలయుఁ బొమ్మని చెప్పెఁ

గొలువువారు విన(గ మెల(తతోడ.

202-వ. నా(డేను పరమేశ్వరుకొలువున నున్నవాఁడ(దన్నిమిత్తంబున(గొంత యెఱుంగుదు వినుండు విన్నవించెద నని మఱియు నమ్మహాదేవి మహాదేవున కిట్లనియె.

203-శా." కైలాసాచలవాస! నీవు ధవళాకారుండ వై యుండఁగాఁ

గాలాంభోధరదీప్తి మెచ్చక భుజంగభృంగసంకాశ మై

నీలచ్ఛాయ యిదేమి భంగి(బొడమెన్ నీకంఠకోణంబునన్

వాలాయంబుగ నాకు(జెప్పుము కృపన్ వాగీశసంపూజితా!"

204-వ. అనిన(జంద్రశేఖరుం డిట్లనియె.

205-మ." పౌల(తీ! తొల్లి సురాసురేంద్రులు సుధాంభోరాశిలో మందరా

చలముం గవ్వము చేసి వాసుకిని బెల్చం ద్రాడుఁగాఁ దర్చ(దా

మలువన్ ఘోరవిషంబు పుట్ట నది హాహా యంచు(గంఠస్థలిన్

నిలుపన్ లోకము నీలకంధరు(డనెన్ నీలాలకా! బాలికా!"

206-వ. అని మఱియు "నీ ప్రకారంబు సవిస్తారంబుగా నెఱింగించెద విను" మని కాలకంధరుం డిట్లనియె.

207-క.శైలారియు(బావకుఁడును

గాలుఁడు దనుజేశ్వరుండు(గంధులరాజున్

గాలియు(గిన్నరవిభుఁడును

శూలియును ననేక కోటి సురసంఘంబుల్.

208-వ. తొల్లి మహాయాగంబున నప్రతిహత పరాక్రమ గర్వ దుర్వారులును; అనేక సకలభువనరాజ్యధురంధరులును; నిరంతరలక్ష్మీనివాసులు నై; యొక్కనాఁడు మేరుధరణీధర శిఖరంబున(గొలువున్న సమయంబున; లోకోపకారార్థంబుగా నమృతంబు బడయవలయు నని విచారించి పాలవెల్లి(దరువం దలంచి యమృతశరధిశయనుం డగు భుజంగశాయిపాలికిం జని వినతులై "మహాత్మా! మే మందఱము నొక్క ప్రయత్నంబు సేయ గమకించినారము; నీవు భూభార దక్షుండ వవధరింపు" మని విన్నవించిరి.

209-క.అమృతంబుఁ బడయు వేడుకనమృతాబ్ధి మథింపఁ దలఁచి యరుదెంచితి మో

యమృతాబ్ధిశయన! నీవును

మముఁ బనిగొనవలయు నయ్య! మన్ననతోడన్.

210-వ. అని యివ్విధంబున దేవతలు పలుకఁ గమలామనోనాథుండు వారిపై

దయాపూరిత చిత్తుండై యిట్లనియె.

211-సీ." సురలార! మీకు భాసురలీల నమృతంబు

దొరకు నుపాయంబు సరవి వినుఁడు

కరమర్థి దనుజులఁ గపటంపుసంధిగాఁ

జేసి వారును మీరు చెలువుతోడ

మందరాచలము సంభ్రమముతోఁ గొని వచ్చి

కవ్వంబుగాఁ జేసి కడిమిమీఱఁ

దాలిమితో శేషుఁ దరిత్రాడుగాఁ జుట్టి

సరసత్వమునఁ జాల జలధిఁ దరువఁ

ఆ.గలిగినట్టి తాల్మి గలిగిన మీ కెల్ల

నమృత మబ్బు వేగ నర్థి దాని

వలన ముదిమి చావు కలుగదు సేవింపఁ

గాన వేగఁ జేయ గడఁగుఁ డింక."

212-వ. అని బుద్ధికరపిన వారలు నిజనివాసంబులకుఁ జనుదెంచి యా రాత్రి సుఖంబుండి

మఱునాఁడు సురేంద్రుండు సకల దివ్యులు దన్నుఁ బరివేష్టించి యుండఁ జింతామణిదివ్య

సింహాసనంబున నుండి తత్సమయంబున వాచస్పతిం గనుంగొని యిట్లనియె.

213-క."హరి యానతిచ్చె నమృతము

దొరకు నుపాయంబుఁ గడిమితోఁ జని రాత్రిం

చరవరులఁ బొందుపఱపుచు

నిరవుగఁ గొనిరండు మీర లిప్పుడు వారిన్."

214-వ. అని పలికిన నగుంగాక యని సురగురుండు దైత్యులపాలికిం జని హరివచనంబుల వినిపించి వారలం దోడ్కొని వచ్చిన; దేవనాథుండు పూర్వదేవతాసహితుండై మధుసూదనుండు తోడరా మందర నగేంద్రంబుకడకుం జని యమ్మహాశైలంబుఁ బెకలించి మూపులం దాల్చి సంభ్రమాయత్తచిత్తులై పవన వేగంబునఁ జనుచుండఁ బాద ఘట్టనంబులం గులపర్వతంబులు కందుకంబులం బోలి తూలి యాడుచున్న సమయంబున.

215-శా.జంభారాతి దిగీశులున్ దనుజులున్ శైలంబుమూలంబులన్
శుంభల్లీలల మ్రోవలేమిఁ గని దా నూఁదెన్ భుజాగ్రంబునన్
అంభోజాక్షుఁడు పట్టి పైచెఁ జలనంబై కుంభనాదంబుతో
నంభోరాశిజలంబు మిన్నడువ నయ్యంభోధి నుజ్జృంభుఁడై.

216-వ. “ ఉపేంద్రా! యేప్రకారంబున మహార్ణవంబు డగ్గరి తరవ వచ్చు దీనికిం జేరును, గుదురును, గవ్వంబును నేమి గావలయు నానతిచ్చి రక్షింపు” మని పలికిన నయ్యిందిరావల్లభుం డిట్లనియె.

217-చ.“గొనకొని మీకు నంబుధికిఁ గుంభినికిం గుదురై వసించెదన్
ఘనతర మందరాచలముఁ గవ్వము చేసెద నెత్తి తెచ్చెదన్
వననిధిలోన నిల్పెదను వాసుకిఁ జేరుగఁ జేసి తెచ్చెదన్
వినుఁ డమృతంబు గాంచెదను వేలుపులార! భవత్సహాయినై.”

218-వ. అని పలికి మఱియు నమ్మహాత్ముండు దేవేంద్ర దండధర వరుణ కుబేర ప్రముఖు లగు దిక్పాలకులును; దనుజ భుజంగ కిన్నర కింపురుష గరుడ గంధర్వ నాయకసమూహంబులును; నపరిమిత భుజబల పరాక్రమవంతులును; ననేక దేవజనంబులును; నుద్దండ సాహసులును శరధిమథనసాహసు లై తన్నుఁ బరివేష్టించి కొలిచి నడువం జనుదెంచి యల్లకల్లోలమాలికారావ నిరంతరబధిరీభూత దిగంతరాళంబును; మకర కమఠ కర్కటక మండూక తిమి తిమింగలాది జలచరావాసంబును; క్రౌంచ కాదంబ కారండవ కర్కశ సారస చక్రవాకాది

విహంగనివాసంబును; అకాల కుసుమ ఫల భరిత నానా తరులతా విరాజిత వేలాయుతంబును; సనక సనందనాది మునీంద్ర సంచారణంబును; ననంత గంభీరంబును; నఖిల రత్న సముదయ జనదేశంబును; జలజనయనశయన స్థానంబును; నమృతజలమయంబును నై వైకుంఠపుర సమీపంబున నొప్పుచున్న క్షీరార్ణవంబుఁ బొడగని డాయ నేతెంచిరి సంభ్రమంబున.

క్షీరసాగరమథనము

219-శా.అంభోజప్రభవాండముల్ దిరిగి పాదై క్రుంగి ఘూర్ణిల్లఁ బ్రా
రంభం బొప్పఁగ మందరాద్రి నెఱవారన్ వీఁక మై నెత్తి య
య్యంభోజాక్షుఁడు పట్టి వైచె చలితం బై కుంభనాదంబుతో
నంభోరాశియు భూమియున్నడల నయ్యంభోధి నుజ్జృంభుఁ డై.

220-వ. ఇవ్విధంబున ననంత సుందరం బగు మహార్ణవ మధ్యంబున మందరగిరి కవ్వం బై తిరుగ నియమించి ధరణీధరము నడుగు వలయంబునకుఁ గమఠపతిఁ గుదురుగా నియమించి వాసుకి మహానాగంబును దరువం జేరుఁ గావించి పంచబాణజనకుండు సురాసురుల నవలోకించి యిట్లనియె.

221-చ.పలువురు గూడి మీర లతి బాహుబలాఢ్యుల మంచు నెప్పుడున్
మలయుచుఁ బోరుచుండుదురు మందరశైలముఁ ద్రిప్పి మీ భుజా
బలములు నేఁడు చూపుఁ డని పంచిన వాసుకిఁ జేరి దానవుల్
తలయును దోఁక నిర్జరులు దద్దయు నుగ్రతఁ బట్టి రత్తఱిన్.

222-వ. ఇవ్విధంబున.

223-మ.ఉరగేంద్రుండు విషంబుఁ గ్రక్క భరమై యొండొండ ఘూర్ణిల్లుచున్
ధరణీచక్రము దిర్దిరం దిరుగ భూతవ్రాతముల్ భీతిలన్
బొరి నంభోనిధి గుబ్బుగుబ్బు రనుచున్ బొర్కల్గ దేవాసురుల్
కరశౌర్యోన్నతిఁ బేర్చి దర్చిరి సుధాకల్లోలినీ వల్లభున్.

224-వ. మఱియు, నిలింప దనుజ సముదయంబులు తమతమ బాహు బలంబులు మెచ్చక మత్సరంబునఁ బెన్నుద్దులై నింగిముట్ట నార్చుచు హుంకారంబున బింకంబులం బలుకుచు ననంత పరాక్రము లై తనర్చు నియమంబునఁ దరువ మందరాచలంబు దిర్దిరం దిరుగుడుపడి యమ్మహార్ణవంబు జలంబు లన్నియు దిగంతంబులఁ జెదరి భూతలంబులం బగులఁ జేయంజాలిన ఘుమఘుమా రావంబులతో వెలినురుఁగు లెగయ మహాద్భుతంబున నాలోల కల్లోలంబై నిఖిల జలచర సందోహంబుతో వలయాకారంబుఁ గొని తిరుగుపడిన నయ్యవసరంబున; నఖిలభువనక్షోభం బైనఁ జరాచర జంతు జాలంబులు దొరలుచుండె నవ్విధంబున.

క్షీరాబ్ధిని హాలాహలము బుట్టుట.

225-ఉ.జెట్టిమగల్ సుధాంబునిధిఁ జేరి మథింపగ నందుఁ జంద్రుఁడుం
బుట్టకమున్న లక్ష్మియును బుట్టుకమున్న సుధాజలంబునుం
బుట్టకముందటన్ నిఖిలభూతభయంకర మై సురాసురుల్
పట్టిన చేతులువ్విడిచి పాఱఁగఁ బుట్టె విషాగ్నికీలముల్.

226-వ. మఱియును విలయసమయంబున జలధరానేక నిర్ఘాత గంభీర ఘోషణంబులుం బోలె గుభులుగుభు ల్లను నాదంబుల బ్రహ్మాండంబు లన్నియు నదరి బెగడి తిరిగి పరస్పరనినాదంబు చెలంగి చరాచర జంతుజాలంబులు ప్రళయకాలంబు గదిసెనో యని నిలచిన విధంబున డెందంబులు భయంబునం దల్లడిల్లి మూర్ఛల్లి; యొండొంటి పయిం బడి తూలంబోవ సకలసాగరవలయితం బగు వసుంధరావలయంబు గ్రుంగి భుజంగపతి పయిం బడ భుజంగపతియును గమఠపతి పయిం బడఁ బ్రళయకాలాగ్నియుం బోలె సకలభూత భయంకరం బై నిటలనయనాగ్నియుం బోలె మహాహుతి సందోహం బై బడబాగ్నియుం బోలె నిష్ఠురంబై ప్రళయకాలభద్ర బడబానలంబులు సంబంధులై కూడి దరించు చందంబున నందంబై యందంద బృందారక బృందంబులు హాహాకారంబులతో మందరవలయితం బగు నాగంబు విడిచి కులశైలగుహాంతరాళంబులఁ బడి పరుగులిడ వెనుతగిలి గిరులును

తరులును నదులును సాగరంబులు పురంబులు కాల్చుచుఁ గోలాహలంబు సేయు సమయంబున.

227-ఆ.కమలలోచనుండు కమలాధినాథుండు

వనధి డాసి యున్న వాఁడు గాన

కాలకూటవహ్ని గదిసి సోఁకిన రక్త

వర్ణుఁ డంత నీలవర్ణుఁ డయ్యె.

228-క.అంత సురాసురనాథులు

సంతాపము నొంది బ్రహ్మసన్నిధికి భయ

భ్రాంతు లయి పోయి వాణీ

కాంతునిఁ బొడఁగాంచి దీనగతి నవనుతులై.

దేవతలు బ్రహ్మను వేఁడుట.

229-వ. ఇట్లు విన్నవించిరి.

230-శా."దుగ్ధాంభోనిధిశాయి దోడుగ భుజాదుర్వారదర్పోన్నతిన్

దుగ్ధాంభోధి మథించుచో విషశిఖల్ తోరంబులై పుట్టి ని

ర్దగ్ధున్ జేసె రమేశ్వరున్ వెనుకొనెన్ దైత్యామరశ్రేణి సం

దిగ్ధం బయ్యె జగంబు లింక నణఁచున్ దెల్లంబు వాణిపతీ!"

231-వ. అనిన బ్రహ్మదేవుం డిట్లనియె.

232-మ."ఇది నాచేత నణంగ నేరదు వినుం డీరేడులోకంబులన్

త్రిదశుం డెవ్వఁడు వాఁడు దీని నణఁచున్ దేవాసురవ్రాతమా!

త్రిదశారాధ్యుని భక్తవత్సలు మహాదేవున్ శివుం గాంచి యా

పిదపన్ రం" డని బ్రహ్మ యొయ్య నరుగన్ బృందారక వ్రాతమున్.

233-వ. కైలాసకంధరంబునకు నరిగి వార లందఱు నమ్మహేశ్వరుం గాంచి సాష్టాంగదండ ప్రణామంబులు గావించి వినయంబునఁ గరకమలంబులు నిటలతటంబులం గదియించి యిట్లని విన్నవించిరి.

శంకరుని దేవతలు స్తుతించుట.

234-క." అవధారు చంద్రశేఖర!
యవధారు గజేంద్ర దానవాంతకమూర్తీ!
యవధారు భువననాయక!
యవధా రొక విన్నపంబు నాలింపఁగదే.

235-చ.ఎఱుఁగక మేము మందరమహీధ్రముఁ గవ్వము చేసి వాసుకిన్
నెరయగఁ జేరు చేసి మఱి నీరధి నీరజనాభుఁ గూడి యం
దఱమును ద్రచ్చుచో నొక యుదగ్ర విషాగ్ని జనించె లోకముల్
దరికొని కాల్పఁగాఁ దొడఁగె దాని నడించి మహేశ! కావవే.

236-ఉ.కాయజసంహరాయ! శశిఖండధరాయ! నమశ్శివాయ! కా
లాయ! హరాయ! భీషణబలాయ! కపాలధరాయ! దేవదే
వాయ! యమాంతకాయ! దృఢవజ్ర పినాక త్రిశూలదండ హ
స్తాయ! మునీంద్ర యోగివరదాయ! సురాధిపతే! నమోస్తుతే.237-ఉ.ఆయతమంగళాయ!
భుజగాధిప రమ్య కరాయ! రోహిణీ
నాయక భాను వహ్ని నయనాయ! మహేశ్వర! బ్రహ్మ విష్ణు రూ
పాయ! పురాంతకాయ! పరిపంథి సురారి హరాయ! సాంఖ్య యో
గాయ! త్రిలోచనాయ! సుభగాయ! శివాయ! నమో! నమోస్తుతే.238-ఉ.కారణకారణాయ!
భుజగర్వమదాంధక సంహరాయ! సం
సారమహార్ణవ జ్వలిత చండ మహాదహనాయ! దేవతా
స్ఫార కిరీటకూట మణిబంధుర పాదపయోరుహాయ! యొం

కార మయాయ! భక్తజన కల్పకుజాయ! నమో! నమోస్తుతే.239-మ.ఋతు సంవత్సర

మాస పక్ష జనితారూఢాయ! నానాధ్వర

వ్రత రూపాయ! రవీందు యజ్వ జల భూ వైశ్వానర వ్యోమ మా

రుత రూపాయ! శిఖండక ధ్వజ యశోరూపాయ! యోగీశ్వర

స్తుత రూపాయ! నమో! నమో! శివ! నమో! సోమార్ధ చూడామణే!

240-క.వ్యక్తము లై నీ గుణములు

భక్తులకుం గానవచ్చు భవమతులకు న

వ్యక్తం బై చరియించును

ఈశ్వరుఁడు హాలాహలమును మ్రింగుట.'

248-వ. అని పలికి సకల దేవతా సమేతుండ నై యేగుదెంచి; తదవసరంబున.

249-సీ.ప్రళయకాలము నాఁటి భానుమండలముల

వెలుఁగులపొది వోలె వెల్గివెల్గి

విలయాగ్నియును బోలి విస్ఫురత్కణముల

గగనంబు నేలయుఁ గప్పికప్పి

కాలాగ్ని రుద్రుని ఫాలాగ్నియును బోలెఁ

గడు నమోఘార్చులఁ గ్రాలిక్రాలి

బడబాగ్నియును బోలె జడధులు దరికొని

కడు భయంకరవృత్తిఁ గ్రాచిగ్రాచి

ఆ.వెన్నుఁ డాది గాఁగ వేల్పుల నెల్లను

సల్లఁ జేసి తరులు నదులు గిరులు

జీవులనక కాల్చు శితహాలాహలమును

వహ్నిఁ గాంచి కోపవహ్నితోడ.

250-వ. మఱియు నత్యంత విజృంభిత సంరంభమానసుండ నై కరాళించి; హాలాహలకీలంబుఁ గనుంగొని యెదురుకొని; గొఁగిలింపం గలయు చందంబున బొమలు ముడివడ; నైదు ముఖంబుల నగణితంబులై భుగులుభుగుల్లని మంటలు మిడుఁగురులు సెగయ; సర్వాంగంబులు గుడుసువడ భుజాదండంబులు చాచి బ్రహ్మాండంబులు లోనుగాఁ గల మదీయ దివ్యాకారంబు విడంబించి దుర్నిరీక్షం బై వెలుంగుచున్న కాలకూటంబు నీక్షించి "నిలునిలు. పోకుపోకు" మని యదల్చుచు సమంచిత శీతలాలోకనంబుల నతిశీతలంబుఁ గావించి త్రిజగద్భయంకరంబుగా హుంకరించిన సమయంబున.

251-ఉ.ఎల్ల సురేంద్రులున్ బొగడ నెంతయుఁ దేజము దూలిపోయి నా
చల్లనిచూడ్కి జల్లనగ సత్వరతం జనుదెంచి నూత్నసం
పుల్లపయోజపత్రమును బోలు మదీయ కరాంబుజంబుపై
నల్లన వచ్చి నిల్చె విష మప్పుడు నేరెడుపండు నాకృతిన్.

252-వ. ఇట్లు నిలచిన విషానలంబుఁ గనుంగొని.

253-క.జలరుహగర్భుఁడు మొదలుగఁ
గల దేవత లెల్ల మ్రొక్కఁ గడు నద్భుతమై
వెలిఁగెడు తద్విషవహ్నుల
గళమున నే నిలుపుకొంటిఁ గంజాతముఖీ!

254-వ. ఇట్లు గరళభక్షణంబు చేసిన సమయంబున; సకలలోకంబుల వారును జయజయ శబ్దంబుల నతిబల! త్రిజగదభినవ భుజబలాభిరామ! అహోబల బ్రహ్మ విష్ణు మహేశ్వర రూప !అహోబల సోమ సూర్యాగ్ని నేత్ర! అహోబల సకలబ్రహ్మాండ నాటక తంత్రావధాన! అహోబల దేవాది దేవ! యని కీర్తించుచు; నూర్ధ్వబాహులై సాష్టాంగదండ ప్రణామంబు లాచరించి; సంభ్రమంబును సంతసంబును నాశ్చర్యంబును భయంబును భక్తియు సందడింప నిట్లని స్తుతియింపఁ దొణంగిరి.

255-క.శరణము వేఁడిన మమ్మును
గరుణన్ రక్షించి విషము గ్రహియించుటయుం

గర మాశ్చర్యము చేసెను

శరణాగతపారిజాత సర్వజ్ఞ నిధీ!

256-క.భక్తుల నుపలాలింపంగ

భక్తుల నిగ్రహము లెల్ల భంజింప దయన్

భక్తజనపారిజాతా!

భక్తజనాధార! నీకుఁ బరఁగు మహేశా!

257-క.దిక్కులు నేలయు నింగియుఁ

జుక్కలు ననలుండు హరియు సూర్యుఁడు యముఁడున్

చుక్కలరాయుఁడు పవనుఁడు

నిక్కువముగ నీవె కావె నిర్మలమూర్తీ!

258-క.యుగములు సంధ్యలు రాత్రులు

జగములు ఋతువులు నెలలు సంవత్సరముల్

నగములు దరువులు దినములు

పగళ్లు పక్షములు నీవె బాలేందుధరా!

259-క.వేదాంతనిమి త్తంబులు

వేదంబులు ధర్మములును విమలాత్మకముల్

వాదంబులు తంత్రంబులు

మోదంబులు నీవె కావె మునిరాజనుతా!

260-క.కలిమియు లేమియు బుద్ధియు

బలునీతులు శూరగుణము భాగ్యంబును బం

ధులు దానంబులు దాతయుఁ

దలిదండ్రులు నీవెకాద తరుణేందుధరా!

261-వ. మహాత్మా నిన్ను వేఱువేఱ నెన్న నేల సకలభూతాంతర్యామి వని
వినంబడుచుండు వేదంబులవలన నీ మహిమ కొలఁది వినుతి సేయ వశమే పరమేశ్వరా!
పరమభట్టారకా! సచ్చిదానందస్వరూపా!" యని బహుప్రకారంబుల వర్ణించుచున్న
కమలసంభవప్రముఖు లైన దేవగణంబులం జరియింప నియోగించి నాటఁగోలె సమస్త
జగత్పరిపాలనంబు సేయుచున్నవాఁడ" నని మఱియు నమ్మహాదేవుం డిట్లనియె.

262-క."గరళము మ్రింగినకతమున
గరళగళుం డండ్రు జనులు గజపతిగమనా
గరళము మ్రింగినచందము
తరుణీ వినుపింపవలసెఁ దద్దయు నీకున్.

263-సీ.కరమొప్పు నీ నీలకంఠ స్తవంబులో
నబల యేకశ్లోక మైనఁ జాలుఁ
గరమొప్పు నీ నీలకంఠ స్తవంబులో
నబల యర్ధశ్లోక మైనఁ జాలుఁ
గరమొప్పు నీ నీలకంఠ స్తవంబులో
నబల పాదశ్లోక మైనఁ జాలుఁ
గరమొప్పు నీ నీలకంఠ స్తవంబులో
నబల కించిన్మాత్ర మైనఁ జాలుఁ

ఆ.విమలభక్తితోడ వినినఁ బఠించిన
సజ్జనుండు సకలసంపదలును
గలిగి భవము లేక కైలాసవాసుఁ డై

నన్నుఁ జేరియుండు నలిననేత్ర!"

264-వ. అని మహాదేవుండు దేవికిం జెప్ప నని చెప్పి తదనంతరంబ.

ఆశ్వాసాంతము

265-మత్త.నాగవాహనరంజనా! మదనాగవిద్విషభంజనా!

నాగదానవఖండనా! మునినాథ సాగరషుండనా!

యోగిరాజనమానచిత్త పయోజ షట్పద వేషణా!

నాగభూషితభూషణా! శరణాగతామరపోషణా!

266-క.శ్రీనీలరుచిర కంధర!

మానిత త్రిపురాంబురాశి మందర! గౌరీ

పీనపయోధరయుగళ

స్థానపరీరంభమోదసంరంభ! శివా!

267-మా.

కమలనయనబాణా! ప్రస్ఫురత్పంచబాణా!

యమితగుణకలాపా! యచ్యుతానందరూపా!

విమలకమలనేత్రా! విశ్వతంత్రైకసూత్రా!

ప్రమథనుతగభీరా! పార్వతీచిత్తచోరా!

268-గ. ఇది శ్రీ మన్మహేశ్వర యివటూరి సోమనారాధ్యా దివ్య శ్రీపాదపద్మారాధక

కేసనామాత్యపుత్త్ర పోతయనామధేయ ప్రణీతంబైన శ్రీవిరభద్రవిజయం బను మహాపురాణ

కథ యందు మహాదేవు పంపున మునులు వోయి; ముద్రారోపణంబు చేసి వచ్చుటయు; హరి విరించ్యాది బృందారక సేవితుం డై యీశ్వరుండు వివాహంబునకుం జనుటయు; హిమ నగేంద్రుని మహోత్సవంబున భూమిక్రుంగిన శంభుపంపునం గుంభజుం డరిగిన నత్యంత సమతలం బై యుండుటయును; గౌరీవివాహంబును; భవానీశంకర సంవాదంబును; దేవ దాన వోద్యోగంబును; కాలకూట సంభవంబును; దానిఁ బరమేశ్వరుండు పరహితార్థం బై యుపసంహరించి నీలకంఠుండ నైతినని యానతిచ్చుటయు; నన్నది తృతీయాశ్వాసము.

ఆశ్వాసాంతము

265-మత్త.నాగవాహనరంజనా! మదనాగవిద్విషభంజనా!
నాగదానవఖండనా! మునినాథ సాగరషుండనా!
యోగిరాజనమానచిత్త పయోజ షట్పద వేషణా!
నాగభూషితభూషణా! శరణాగతామరపోషణా!

266-క.శ్రీనీలరుచిర కంధర!
మానిత త్రిపురాంబురాశి మందర! గౌరీ
పీనపయోధరయుగళ
స్థానపరీరంభమోదసంరంభ! శివా!

267-మా.
కమలనయనబాణా! ప్రస్ఫురత్పంచబాణా!
యమితగుణకలాపా! యచ్యుతానందరూపా!
విమలకమలనేత్రా! విశ్వతంత్రైకసూత్రా!

ప్రమథనుతగభీరా! పార్వతీచిత్తచోరా!

268-గ. ఇది శ్రీ మన్మహేశ్వర యివటూరి సోమనారాధ్యా దివ్య శ్రీపాదపద్మారాధక కేసనామాత్యపుత్త్ర పోతయనామధేయ ప్రణీతంబైన శ్రీవిరభద్రవిజయం బను మహాపురాణ కథ యందు మహాదేవు పంపున మునులు వోయి; ముద్రారోపణంబు చేసి వచ్చుటయు; హరి విరించ్యాది బృందారక సేవితుం డై యీశ్వరుండు వివాహంబునకుం జనుటయు; హిమ నగేంద్రుని మహోత్సవంబున భూమిక్రుంగిన శంభుపంపునం గుంభజుం డరిగిన నత్యంత సమతలం బై యుండుటయును; గౌరీవివాహంబును; భవానీశంకర సంవాదంబును; దేవ దాన వోద్యోగంబును; కాలకూట సంభవంబును; దానిఁ బరమేశ్వరుండు పరహితార్థం బై యుపసంహరించి నీలకంఠుండ నైతినని యానతిచ్చుటయు; నన్నది తృతీయాశ్వాసము.

చతుర్థాశ్వాసము

వీరభద్రవిజయ ప్రకారంబు.

1-ఉ.శ్రీరమణీయవీర సరసీగణరంజితసోమ! వాసవాం
భోరుహసంభవప్రముఖభూరినిలింపభుజాబలప్రతా౦=
ఘోరుమహాంధకారపటలోగ్ర విఖండన చండభానుగం
భీర గుణాభిరామ! రణభీమ! వినిర్జితకామ! శంకరా!1

2-వ. పరమజ్ఞానభావుం డగు వాయుదేవుం డమ్మహామునులతో "మీ రడిగిన యర్థంబు లెల్ల సవిస్తారంబుగా నెఱింగించితి; మునీంద్రులారా! వీరభద్రేశ్వరుని విజయప్రకారంబు నిజంబు వర్ణింప బ్రహ్మదేవునకు నలవిగా దైనను నాకుం దోచిన విధంబున విన్నవించెద వినుం" డని యిట్లనియె.2

3-క."మఱి వైవస్వతమన్వం
తరమున నొక కాల మందు దక్షుఁ డదక్షుం
డురుతర పాపవిచక్షుఁడు
పరఁగన్ జన్మించె ఘోరపాపాత్మకుఁ డై.3

4-క.ప్రాలేయాచల మందున
వేలుపులకు నేకతంబ విహరించుటకున్
మేలైన చోట భూమికి
వ్రాలిన యాకాశగంగ వచ్చిన చోటన్.4

5-క.శివకరమై యుండెడుచో
శివదేవుని పేఱుచేసి శివకల్మషుఁ డై
దివిజులఁ బిలువం దొడఁగెను
నవహితమతి నశ్వమేధయాగము సేయన్.5

6-వ.అంత.6

nbsp;

7-సీ.అమరేంద్ర పావక యమ దానవాధీశ
వరుణాది నిఖిల దిగ్వల్లభులను
మార్తాండ మృగధర మంగళ బుధ గురు
మందాది గ్రహరాజ మండలంబు
కౌశిక గౌతమ కణ్వ మార్కండేయ
కాత్రి వసిష్ఠాదు లైన మునులు
క్రతుకమలోద్భవ కశ్యపాంగీరస
పులహ పులస్త్యాది జలజభవులు

ఆ.అచ్యుతాది దేవతానాయకులు యక్ష
సాధ్య సిద్ధ వసు భుజంగ రుద్ర
గణము లాదిగాఁగఁ గల్గు వారందఱు
దక్షుమఖము చూడఁ దగిలి చనిరి.7

8-వ. ఇట్లు సకల దేవతలును జనుదెంచిన వారల నుచితోపచారంబుల సంభావించి పూజించి డక్షుండు మఖంబుం జేయందొడంగె నయ్యవసరంబున.8

9-చ.చెలువుగ వచ్చి వేదములు చెప్పినతావుల నున్న నిర్జరుల్
బలసి మఖంబులోపలను భాగము లియ్య భుజింపఁ గోరుచో
మలహరురామిఁ దా నెఱిఁగి మాన్యులఁ దత్సభవారిఁ జూచి ని
శ్చలతరవాక్య దోషతమచండమరీచి దధీచి యిట్లనున్.9

10-క."పూజింపఁ దగినవారల
పూజింపక నేర్పు మాలి పూజన లిచ్చెన్
పూజింపఁ దగనివారికి
నీ జగమున నింత బుద్ధిహీనుఁడు గలఁడే.10

11-క.ఇది దుష్కృత మని యెఱుఁగఁడు
ఇది మిక్కిలి నింద్య మగుట యెంతయు నెఱుఁగం
డిది గడవ దనుచు నెఱుఁగఁడు
ఇది యేలనొ శంభుఁ బిల్వఁ డితఁ డెబ్బంగిన్.11

12-క.పొడవులు తానై పొదలిన
పొడవగు పరమేశు మఱచి పొరిఁ బాపములన్
బొడపై జీవచ్ఛవముల
పొడవుగఁ బూజించు వెట్టి భూమిం గలఁడే.12

13-ఆ.యాగకర్త లేని యాగంబు చెల్లునే
కలయ నంగ మెల్లఁ గలిగి యున్న
శిరము లేని తనువు చెలరేఁగి యాడునే
పొలయుఁ గాక నేలఁ గలయుఁ గాక."13

14-వ.అనిన విని యతండు తదీయాలాపంబులు కర్మవశంబునఁ దన మనంబు చొరక శూలంబులై తాఁకిన నదరిపడి సదస్యుల నాలోకించి " మహాత్ములారా! భవదాగమన కారణంబునఁ గృతార్థుండ నైతి;" నని పలికి పూజించి పిలువఁ దొడంగి నాఁ డితఁడు శంకరదేవుఁడు లేని జన్నము సెయ్యడలఁ గలదె వేదములారా!" యని మఱియును.14

15-క."మొదలుండ నచటఁ బోయక
తుదిగొమ్మలు నీటఁ దడుపఁ దుద నిష్ఫలమై
పొదలుంగా కది ప్రబలునె
పదపడి శివరహితమైన ఫలముం గలదె.15

16-చ.చెలువుగ సర్వదైవములఁ జేసినదైవము నాదిదైవముం
చిలువక నన్యదైవములఁ బిల్చియుఁ బూజలు చేసి జన్నముల్
నలుపఁ దొడంగినాఁ డితఁడు శంకరదేవుఁడు లేని జన్నమున్
దలఁపఁగ నెయ్యెడం గలదె తథ్యము వేదము లందుఁ జూడరే."16

17-వ.అని పుణ్యచక్షుం డగు దధీచి పాపచక్షుం డగు దక్షున కిట్లనియె.17

దధీచి దక్షుని మందలించుట.

18-శా.“ ఓయీ దక్ష! యిదేమి యీ తెఱఁగు దా నూహింప లోకంబు లో
నే యాచారము యెట్టి ధర్మచరితం బే పేదమార్గంబకో
ఏ యాచారము యెట్టి ధర్మచరితం బే పేద మంధైన నే
ధీయుక్తిం బరమేశుఁ బిల్వఁ దగదో తెల్లంబుగాఁ జూడుమా.18

19-ఉ.దేవరకన్ను లై వెలుఁగు ధీరులఁ బావక సూర్యచంద్రులన్
దేవరలెంకలౌ మునుల దేవరభృత్యులఁ గేశవాదులన్
దేవత లాదిగాఁ బిలిచి దేవపితామహుఁ డైన శ్రీ మహా
దేవుని బిల్వఁగాఁ దగదె దివ్యవిచారము లై దలంపుమా.19

20-ఉ.భీమయదేవు నొండొరులు బిల్వ నెఱుంగరు గాక ఋగ్యజు
స్సామయధర్వణాది శ్రుతిసంఘములోఁ బరికించినాఁడ వీ
భూమిఁ దలంపఁగాఁ దగిన ప్రోడవు నీవు శివుండు రామికిన్
నీ మదిఁ జూడుమా ఫలము నిష్ఫల మొందునొ నిన్నుఁ జెందునో.”20

21-వ.అనవుడు దక్షుం డతులిత కోపాతురుం డై యిట్లనియె.21

22-?????క.“రుద్రుం డంచును నీ వొకరుద్రుని జెప్పెదవు గాక రుద్రాక్షధరుల్
భద్రత నేగురు నార్గురు
రుద్రులు గల రింక నొక్క రుద్రుని నెఱుఁగన్.22

23-మ.అదె మా యాగము నందు దేవతలు నయ్యంభోజనాభుండునుం

ద్రిదశేంద్రుండును నున్నవారు గడు సంప్రీతిం దగన్మంగళ
ప్రద మొందన్విధిమంత్ర పూజిత హవిర్భాగంబు లేనిచ్చెద
న్విదితం బై శ్రుతిపూర్వమై తనరఁ గావింతున్ ముఖంబున్నతిన్."23

24-వ.అనవుడు దధీచి దక్షున కిట్లనియె.24

25-క."ఈ విష్ణుం డీ బ్రహ్మయు
నీ విబుధేశ్వరులు మఱియు నీ రుద్రులు నే
దేవేశువలనఁ బుట్టిరి
భావింపఁగ నేర వీవు పాపవిచారా!25

26-సీ.పరఁగ నే దేవుండు ప్రళయకాలంబున
నెందఱు బ్రహ్మల యేపు మాపె
వెలయ నే దేవుండు విలయావసరమున
నెందఱు విష్ణుల యేపు మాపె
జడియ కే దేవుండు సంహారవేళల
నెందఱు నింద్రుల యేపు మాపె
వరయంగ నేదేవుఁ డంత్య కాలములోన
నెందఱు రుద్రుల యేపు మాపె

ఆ.నట్టి దేవదేవు నభవు నవ్యయు నీశుఁ
గమలజాండనాథు గౌరినాథు
నిఖిలలోకనాథు నిందింపఁగా రాదు

పాతకంబు దక్ష! పాపచక్ష!26

27-క.మూఁడేసి కండ్లు కలిగిన
పోడిమితో రుద్రు లంచుఁ బొగడెడువారిన్
మూఁడేసి కండ్లు నిజమొ
పోడిమియొ తలంచి చూడ పోలిక యొక్కో.27

28-క.కన్నులు గానక ప్రేలెదు
క్రొన్నెలధరు పేరు చేసి కొలిచెద వీవున్
నిన్నును నీ తర మెఱుఁగవు
యిన్ని జగంబులకుఁ దండ్రి యెవ్వఁడు చెపుమా?28

29-వ.అదియునుం గాక.29

30-సీ.అమర నీ రుద్రులే హరి నమ్ముగాఁ జేసి
యిలఁగూలఁ ద్రిపురంబు లేయువారు
నెరయ నీ రుద్రులే నిఖిలంబుఁ జెరగొన్న
యంధకాసురుఁ బట్టి యణఁచువారు
బలసి యీ రుద్రులే ప్రళయకాలుని బట్టి
ఖండించి మునిరాజుఁ గాచువారు
కదసి యీ రుద్రులే గరళంబు గుదియించి
కంఠకోణము నందుఁ గప్పువారు

ఆ.ఎనయఁ జదువు లెల్ల యెఱుఁగును జెప్పుమా?

యిట్టి రుద్రమహిమ యిజ్జగంబు

నట్టి రుద్రు మహిమ యెఱుఁగంగ నలవియె?

ధాత కైన నతని తాత కైన.30

31-క.ఈ రుద్రులఁ బదివేలను

గారవమునం బూజ సేయ క్రతుఫల మది తాఁ

జేరునె నిన్నును రోయుచు

నీరస మగుఁ గాక క్రతువు నిష్ఫలగతులన్.31

32-ఉ.నీ చరియించు నోమునకు నీవు ప్రియంబునఁ గొల్చు రుద్రు లే

నీచులు వీరు చాలుదురె నీకు ఫలం బొకటైనఁ జెప్పుమా

యీ చతురాననాదులకు నేడుగడల్ భువిఁ దానయైన తా

రాచలనాథు నీ వెఱుఁగ నబ్బునె పొందునె దక్ష! యీ యెడన్.32

33-క.దేవుఁడు నాకంబునకును

దేవుఁడు త్రిత్రింశకోటి దేవావలికిన్

దేవుఁడు లోకంబులకును

దేవుం డీశ్వరుఁడె కాక దేవుఁడు గలఁడే?33

34-ఉ.మేరువు వింటికమ్మి యట మేదిని తేరట సూర్యచంద్రు లిం

పారఁగ బండికండ్లట ననంతుఁడు నారట బ్రహ్మ విష్ణువుల్

సారథియున్ శరంబులట సామచయం బట గుఱ్ఱముల్ మనో

జారికి నెవ్వ రీడు? త్రిపురాసురవైరికి నన్యదైవముల్.34

35-ఉ.చెచ్చెర బ్రహ్మ తొల్లియును శ్రీపతియుం దమలోన వాదమై

మచ్చరకించి పాదములు మౌళియుఁ గానఁగఁ బూని గర్వులై

యచ్చుగ మిన్ను మన్నుఁ గన హంసయుం బందియు నై కడంకతోఁ

గ్రచ్చరఁ ద్రవ్వి యీశ్వరుని గానఁగఁ జాలిరొ యేపు దూలరో.35

36-క.ఆతని యొక గురి సేయఁగ

నాతని నొక కొలఁది సేయనగునే తమలో

నీతి యెఱుంగక వారలుఁ

చేతో మోదంబుతోడఁ జిక్కులం బడరే?36

37-క.పంతంబులాడి శంకరు

నెంతయుఁ బొడగానవలయు ననియును దమలోఁ

జింతింపఁ జిక్కువడ్డవి

యెంతయు వేదంబు లొరుల కెఱుఁగఁగ వశమే?37

38-క.గౌరీమనోహరునకున్

ధారుణి బ్రహ్మాదిసురలు దాసులు గారే

నారాయణుఁ డరయంగా

మారారికిఁ బ్రియుఁడు కాఁడె? మతకరిదక్షా!38

39-క.సకలాధిపతికి శివునకు

నకలంకున కమితమతికి నభవున కిలలో

నొక పేదవేల్పు సరియే

ప్రకటింపఁగఁ దగదు పరమపాపము దక్షా!39

40-క.మత్తల్లి క్రొవ్వినాఁడవు

చిత్తంబున సరకుగొనవు శివుఁ డటు నిను ను

వ్వెత్తుగఁ గొనవచ్చిన నీ

పొత్తగువా రెవ్వ రెందుఁ బోయెదు? చెపుమా.40

41-క.వలదు శశిఖండభూషణుఁ

జెలువుగఁ బిలిపించి పూజసేయుము ప్రీతిన్

వలవదు చెప్పితి" నినినను

నలరుచు నప్పలుకు వాఁడు హాస్యము చేసెన్.41

42-వ.పుణ్యమానసుం డగుదధీచి కోపమానసుం డై నయనంబుల వాని వీక్షించి యమ్ముఖంబున నతని దగ్ధంబుగా శపింప గమకించి నాకున్ వేగిరపడ నేల యిక్కార్యంబునకుం గైలాసవాసుం డున్నవాఁడు గదా యని దేవతల మొగం బై యిట్లనియె.42

43-ఉ."పన్నుగ మీర లందఱును పాలసముద్రము తొల్లి ద్రచ్చుచోఁ

గ్రన్నన నుద్భవించి మిముఁ గాలుచుచో నభయంబు లిచ్చి తా

సన్నుతిఁ జిచ్చు మ్రింగఁ జెయిసాచిన దేవరకీయ రాని యీ

జన్న ములోనఁ జేతు లిటుచాతురె దేవతలార! కష్టులై.43

44-ఉ.ఇచ్చట నుండఁగావలవ దిందుశిఖామణి లేనిచోట మీ

వచ్చుటచేటు నా విమలవాక్యము దప్పదు లీలఁ గామునిం
జెచ్చెరఁగూల్చి యున్న పెనుజెట్టి శివుం డిటు వచ్చె నేని మీ
చచ్చుట తెల్ల మో యమరసంఘములార! వినుండు చెప్పితిన్."44

45-క.అని పలికి నిర్మలాత్మకుఁ
డనుపమగుణుఁ డచట నుండ కవిరళబుద్ధిన్
మనమున రోయుచుఁ జనియెను
చనుటం గనుగొనుచుఁ బాసి చనరై రమరుల్.45

46-ఆ.దక్షుఁ బాయ రైరి తలపోయలేరైరి
యిక్షుచాపవైరీ సెఱుఁగరైరి
నింద్యులైరి సురలు నిఖిలలోకంబులఁ
దమకు వచ్చుచేటు దలఁపరైరి.46

దక్షుని యజ్ఞ వృత్తాంతము దధీచి శివునకుఁ దెల్పుట.

47-సీ.నీలకంఠునకును నెచ్చెలిగాఁడొకో
యటమటీఁ డైన యీయంబుజాక్షుఁ
డహికంకణునకు మూఁడవకన్ను గాఁడొకో
పాటుమాలిన యట్టి పావకుండు
గంగాధరునకు సంగడికాఁడు గాఁడొకో
వెనుకూళ్ల మారైన యనిమిషపతి
పురవైరికిని తలపుష్పంబు గాఁడొకో
నిర్భాగ్యుఁ డైన యీనీరజారి

47-1-తే.యేమి కుడువంగ వచ్చితి రిందు మీరు
తాము పాలించునట్టి లోకముల విడచి
పంచవదనుని కను జేఁగురించెనేని
తక్షణంబునఁ దమయాళ్లత్రాఁళ్లు దగవె.47

48-ఉ.ఆచరితంబు లెల్లఁ దనయాత్మ నెఱింగి కలంగి దిక్కులన్
జూచి కడిందికోపశిఖ చుట్టి మనంబున సందడింపఁ దా
రాచలనాధుసన్నిధికి నల్లన వచ్చి భవాని నీశునిం
జూచి నమస్కరించి తనచేతులు మోడ్చి మహేశుకిట్లనెన్.48

49-చ.“ మలహర! నేఁడు దక్షుఁడు రమావర దిగ్వర వాగ్వరాదులం
బిలిచి హిమాద్రిపై మనలఁ బిల్వక యాగముఁ జేయు చున్న వాఁ
డలవున మీరు వేగఁ జని యచ్చట శూరుల వానితోడుత
న్నలవడఁ జెండి పీచము లడంచి ననున్ బ్రమదాత్ముఁ జేయవే.

50-ఉ.దారుణబాహుదండబలదండధరోన్మది కుంభికుంభకం
ఠీరవ వైరిదానవఫణి వ్రజశేఖర పన్నగాంతకా
కార భుజంగహార భుజగర్వమదోద్ధతపంచబాణసం
హార త్రిలోకవీర త్రిపురాసురదర్పవిరామ శంకరా!

51-వ.అని విన్నవించిన నతని పలుకులు విని పరమేశ్వరుండు కోపించి
శివునిహుంకారంబున వీరభద్రుండు పుట్టుట.

53-ఉ.ధారుణి దిగ్గిరం దిరుగఁ దామరసప్రభవాండభాండముల్
బోరున ఘూర్ణిలన్ నిఖిలభూతములున్ బెగడొంద శూలి హుం
కారము చేసెఁ జేసిన నఖండతర ప్రళయాగ్నిసన్ని భా
కారుఁడు వీరభద్రుఁ డతిగర్వసముద్రుఁడు పుట్టె రౌద్రతన్.

53-వ.ఇట్లు పుట్టి.

54-సీ.సలలితవేదండచర్మాంబరంబుపై
భుజగేంద్ర చిహ్నంబు పొల్చువాఁడు
కాలాగ్ని హేతి సంఘంబుకైవడి నొప్పు
పదినూఱుచేతులఁ బరఁగువాఁడు
ప్రళయాభ్రవిద్యుత్ప్రభాభాసురం బగు
మెఱుగారుకోఱల మెఱయువాఁడు
భానుబింబముతోటి పర్వతాగ్రముభంగి
నెమ్మేని మణికిరీటమ్ముఁవాఁడు

54-1-ఆ.అలుగువాఁడు నిప్పు లొలుకుఁజూపులవాఁడు
మంటలెగయు నొసలికంటివాఁడు
బలిమిఁ బట్టి యెట్టిబ్రహ్మాండముల నైనఁ
ద్రుంపువాఁడు రిపులఁ జంపువాఁడు.

55-వ.మఱియుఁ బ్రచండమార్తాండమండలమండితోద్దండ తేజో విరాజిత దుర్నిక్షణకుండలాభరణుండును, సహస్రరవి మండల తేజోవిలాస ప్రకాశిత దివ్యదేహుండును, బాలసూర్యప్రభా పటల చటుల పద్మరాగ మణిమకుటవిటంక విలంబమాన కర్కాటకశిరోవేష్టన కాలకూట త్రినేత్రసంయుక్తంబై రౌద్రరసంబు వెదచల్లు హస్తసహస్రంబును, గరోరకుఠార గదాదండ భిండివాల కరవాల ముసల ముద్గర తోమర భల్లాంగ ప్రాస పట్టిన కోదండ శర చక్ర ముష్టిసంబగళ గదా త్రిశూల పరశు లవనిలాంగోష్ఠ్యసి క్షురి కౌతళ వంకుళీ యమదండ నారసజముదాళ శక్తిప్రముఖ దివ్య దివ్యాయుధసమూహ శిఖా సమాశ్రయంబై బ్రహ్మాండంబు వ్రక్కలించునట్టి దీర్ఘబాహుదండ సహస్రంబును, నారాయణేంద్రాది నిఖిలదేవతాదుల మణిఘటిత మకుటారణ్యస్థలీ రంగవల్లీ రణరంగ తాండవక్రియా నిర్ఘాత భయదండంబు లగు చరణారవింద రాజితుండును భుజంగ రుద్రాక్షమాలికా విభూతి త్రిపుండ్ర శార్దూల చర్మాంబర సామజచర్మాంబర రథారూఢుండును, వజ్ర వైడూర్యేంద్ర నీల గోమేధిక పుష్యరాగ మరకత పద్మరాగాది మౌక్తికహార కేయూర కంకణాంగుళీయక మంజీరాంకిత దివ్యదేహుండును, ప్రళయకాల సమయపయోధరగర్జిత నిర్ఘాతజనిత నినదసన్నిభ సకల భువసభయంకర సింహనాదుండును, సకల బ్రహ్మాండభాండసముదయ భయద విపరీతాట్టహాసుండును, విపుల విలయకాలానల మారుత శైలశిఖర ప్రపాత నాసికాపుటకుటీ నిశ్వాసుండును, మదగజగండభేరుండ సింహశరభశార్దూలాది సంగర విద్యావిశారదుండును, నిఖిల లోకైకోత్పత్తిస్థితిలయప్రకారుండును, నిర్జరారాతిసంఘాత నిరస్త గహనక్రియాకలాపుండును, అఖిల భూత సమాశ్రయుండును నైన ధూమకేతుండును, త్రైలోక్య దానవ విదారుండును, అనేక సహస్రకోటి మధ్యందినమార్తాండపటల ప్రభోజ్జ్వలుండును, శైవదూషకజన వక్త్ర పదతాడన నిర్ఘాత సంఘటితుండును, అగణిత గుణగణాలంకృతుండును, అసహాయ శూరుండును, అతులిత దుర్వారగర్వదర్పోద్ధతుండును నై యొప్పుచున్న వీరభద్రేశ్వరుండు.

పార్వతికోపంబున భద్రేశ్వరి యను కన్య పుట్టుట.

56-క.రుద్రునకుం బొడచూపెను
రుద్రాణియు నంతలోన రోషాత్మక యై
భద్రేశ్వరి యనుకన్యకరౌద్రతఁ బుట్టించె ఘనకరాళానన యై.

57-వ.అంతఁ దత్సమయంబున వీరభద్రేశ్వరుండు భద్రేశ్వరిం గూడుకొని పరమేశ్వరుని పాదపంకజంబులకు సాష్టాంగదండప్రణామంబు లాచరించి కరసహస్రంబులు మొగిడ్చి "దేవా! మీరు నన్నుం బుట్టింపఁ గారణం బేమియో యవధరింపుఁ" డని యిట్లనియె.

58-సీ."నీ యాజ్ఞఁ గడచి యీ నిఖిలంబులకు బ్రహ్మ
కొన్ని మిక్కిలి సేయుచున్న వాఁడొ
నీ యాజ్ఞ గడచి యీ నీరజనాభుండు
నొండుజాడలఁ బోవుచున్న వాఁడొ
నిను మీఱి పవనుండు నేలయు నింగియు
నొక్కటి గావించుచున్న వాఁడొ
నీపంపుదప్పి యీ నింగి మార్తాండుండు
పన్ని మిక్కిలి కాయుచున్న వాఁడొ

58-1-గీ.
అట్లుగాకయుఁ బడబాగ్ని యంతజలముఁ
గరము గ్రోలుచున్నది యొకో కాముఁడేచు
చున్న వాఁడేమొ యీశాన చెప్పవేమి?

చిక్కఁబట్టి కేలున వారి నుక్కణంతు.

59-క.కట్టలుక మీరు నన్నును

బుట్టింపఁగ నేల వలసె బొలుపుగ నాకున్

నెట్టన యానతి యీవే

పుట్టువు నంత్యంబు లేని భూతాధిపతీ!"

60-వ.అనిన విని యల్లన నవ్వు మొగంబున నద్దేవున కిట్లనియె.

61-శా." వింటే యంతయు వీరశేఖర! మమున్ వెల్వెట్టి దక్షుండు నీ

వెంటన్ వేల్వఁదొడంగినాఁడు మరలన్ విష్ణుండు నింద్రుండు న

వ్వెంటన్ బోయినవారు వారి నచటన్ వేవేగ దండించి నీ

వింటన్ బుట్టు శరానలంబున రణోర్విన్నీఱుగావింపుమా.

62-ఉ.ఇమ్ములు నీవు వేగ చని యేచి మహారణకేళి యాడు మీ

యమ్మయు నేను వచ్చి మునియాశ్రమభూమి వసించి నీ విలా

సమ్ములు చూచుచుండెదము జర్జరితంబుగ దక్షుఁ జంపి యా

గమ్ము హరించి ర" మ్మనుచు నానతి యిచ్చిన వీరుఁ డిట్లనెన్.

63-క." భావజమదసంహర! నా

నావేదాతీత! వినుత నాగాధిపతీ!

దేవేంద్రార్చిత పదయుగ!

దేవా! దేవాదిదేవ! త్రిదశాధిపతీ!

64-ఉ.కుంభిని ద్రెంతునో? జముని గుండెలు చెండుదునో? సురాచల
స్తంభము ద్రెంతునో? సురల చట్టలు చీరుదునో? కడంగి ది
క్కుంభుల ద్రుంతునో? యజుని క్రొవ్వణగింతునొ? సూర్యచంద్రులన్
జృంభణమెల్ల మాన్పుదునొ? చుక్కల డుల్తునొ? పార్వతీశ్వరా!

65-శా.బ్రహ్మేంద్రామర పూజితాంఘ్రియుగళా! బాలేందుచూడామణీ!
బ్రహ్మేంద్రాదులఁ బట్టి ప్రేల్చు టది మద్బాహాబలప్రౌఢికిన్
బ్రహ్మంబే పరమేశ! నీవుఁ బ్రణుతింపం గర్వదుర్వారులన్
బ్రహ్మాదుల్ దెగ రూపడంతు నొకఁడన్ బ్రహ్మాండభాండావళుల్.

66-మ.నడతున్ దక్షునిమీఁదఁ గయ్యమునకున్ నారాచఘోరాగ్నులన్
బుడమిం దేవగణంబులం దునిమి సంపూర్ణాహుతుల్ వోసెదన్
గడిమిం గెల్చెదఁ గూల్చెదం గలచెదం గాలించెదన్ జంపెదన్
గడిఖండంబులు జేసెదన్ నుఱిమెదన్ ఖండించెదన్ మించెదన్.

67-క.నా కెదురెవ్వరు జగముల
నీ కెదురెవ్వరు మహేశ! నిఖిలాధిపతీ!
నాకీ తెరువునఁ బొడమఁగ
నీకంఠవిషంబు నీవె నిర్మలమూర్తీ!"

68-వ.అనిన విని మెచ్చి పార్వతీ దేవి యవ్వీర శేఖరున కిట్లనియె.

69-శా.“ కట్టల్కన్ గణలోకనాథ! నిను మత్కార్యార్థమై యీ యెడన్
బుట్టించెన్ భుజగేంద్రభూషణుఁ డొగిన్ భూతేశు నిందించి తాఁ
బెట్టన్ జన్నము దక్షుఁ డద్దివిజులన్ బిల్పించినాఁ డా సభన్
గట్టుగ్రంబుగఁ గూల్చి ర”మ్మనుచు నా కాళ్యాణి దీవించుచున్.

70-క.కట్టడ హరుఁడును దానును
బెట్టిరి తగ వీరసేను బీరముతోడన్
నెట్టనఁ బ్రణమిల్లి వెసన్
జెట్టిమగండైన వీర శేఖరుఁ డెలమిన్.

71-వ.అట్టి పనిఁ బూని దక్షయాగంబుపైఁ బోవ గమకించి వీరభద్రుం డతులిత రౌద్రాకారుండై యిట్లని విచారింపందొణంగె.

72-ఉ.శూలము యూపగంబమును శోణితధారలు పేయుబాణముల్
చాలిన దర్భలుం గుణము చప్పుడు మంత్రము స్రుక్కులుం దొనల్
గ్రాలు రణోర్వి మంటపముగా సురగోవులసోమయాజి యై
ప్రేలుచు రోషణాగ్నులను వీరుఁడు భద్రుఁడు శంభుప్రీతిగన్.

73-వ.అని సకలలోకంబులుం గొనియాడ వీరయాగంబు సేయవలయు నని విచారించి.

74-శా.ఝుంకార భ్రుకుటాననుం డయి ధరాచక్రంబు ఘూర్ణిల్లఁ గా
హుంకారించిన భద్రుమేన లయకాలోగ్రాగ్నికీలావళిన్

సంకాశోద్ధతకోపచిత్తులు రణోత్సాహుల్ జగద్భీషణా

హంకారుల్ ఘను లంతకాంతకు లుదగ్రాగ్నుల్ మహావిక్రముల్.

75-ఉ.సాహసధైర్యమానసులు చంద్ర ఫణీంద్ర విభూషణుల్ శివ

ద్రోహరగండకీర్తు లతిదోర్బలగేయులు భూరి తీవ్రహా

లాహలజృంభితుల్ శిఖివిలంబితనేత్రులు చారుగోపతీ

వాహులు వైరివీరమదవారణసింహులు పుట్టి రుగ్రతన్.

76-వ.ఇట్లు పుట్టిన.

77-ఉ.ఎక్కడఁ జూడ వారె యయి యేపున లక్షలుఁగోట్లు నెందఱో

దిక్కులు పిక్కటిల్ల నతితీవ్రత లెక్కకుదాఁటి యుగ్రతన్

జుక్కలు మోవ నేచి యలచుక్కలు రాల నుదగ్రమూర్తు లై

యొక్కట యార్చుగొన్నఁ బ్రతిహుంకృతిఁ జేసె నజాండభాండముల్.

78-వ.అంతఁ దదీయ గణనికాయంబులు తన్నుఁ బరివేష్టించి దండప్రణామంబు లాచరించి సంభ్రమంబున.

ప్రమథగణములతో వీరభద్రుఁడు దండెత్తుట.

79-క.కొందఱు మొనలై నడువఁగఁ

గొందఱు పంతంబు పలుకఁ గొందఱుమూకల్

సందడిఁ బాపఁగ మఱియును

గొందలు దక్షుం దలంచి క్రోధింపంగన్.

80-క.గండఁడు శంభుద్రోహర
గండఁడు మహి నన్యదైవగండరులకుఁ దా
మిండఁడగు వీరభద్రుండు
దండెత్తై గణాళి గొల్వ దక్షునిమీఁదన్.

81-వ.ఇట్లు వీరరణ సైన్యాధిష్టితుండును, గోరాజ గమనుండును, భద్రేశ్వరీ సహితుండును, నారాచ గదా దండ భిండివాల త్రిశూల దివ్వబాణ నిశితాయుధ పరివృత బాహుదండుండును, రణదుందుభీ నిస్సహణ శంఖ కాహళ ఘంటి కారావ భీకరుండును, నతులిత కోపాటోప సంరంభుండును, సమర సన్నాహుండును, వివిధ విలసిత వీరలక్ష్మీ విలాసుండును, వృషభకేతనాలంకారుండును నై పురంబులు సాధింప వసుంధరారూఢుండును గౌరీసమేతుండును నై యరుదెంచు పురారాతి చందంబున నతి సుందరుండై వీరభద్రేశ్వరుం డరుగు దెంచుచున్న సమయంబున.

82-క.గణపాదహతులచేతను
వణఁకి గిరుల్ తరులతోడ వసుధం బడియెన్
కణఁగి వసుంధరగిరులును
ఫణిపతిపైఁ బడియెఁ గమఠపతిపైఁ బడియెన్.

83-క.బలువిడి ప్రమథగణంబుల
బలముల వెనుధుళి గగనభాగముఁ గప్పెన్
అలరఁగ రేణువుఁ గప్పెను

జెలువుగ రవి మింటనుండి చీఁకటి గప్పెన్.

84-వ.అంత నవ్వీరభద్రుండు తుహినాచలశిఖరంబు డాయంబోయి కతిపయ దూరంబున దక్షాధ్వరకలకలంబు విని గణంబుల కిట్లనియె.

85-సీ.“ ఘనులార! వింటిరే గగనభాగం బెల్ల
హోమధూమము గప్పియున్న భంగి
వినవచ్చెనే మీకు వెదమంత్రంబులుఁ
బలికెడు హోతల కలకలంబు
అల్లన యేతెంచు నదె హవ్యములు గోరి
క్రందైన నిర్జరబృంద రవము
అల్లదె పాపాత్ము నధ్వరం బొనరించు
క్రతుశాల దవ్వునఁ గానవచ్చె

85-1-ఆ.నింక దవ్వు లేదు యేర్పడఁ జూడుఁడో
శ్రీగిరీశు వేఁబుచేసినాఁడు
క్రొవ్వినాఁడు వీని క్రొవ్వు నణంపంగ
వలయు దేవదైత్యవరులతోడ.”

86-వ.అని హెచ్చరించి మైపెంచి వీరజనచూడామణియగు వీరభద్రేశ్వరుండు.

87-సీ.బహుతంత్రములచేత భాసిల్లి యందంద

వేదనాదములచే వెలసి వెలసి

విదితవైభవముల విలసిల్లి విలసిల్లి

కలకలరవములఁ జెలఁగి చెలఁగి

హోతలపలుకుల నొప్పారి యొప్పారి

యాచార్యజనులచే నమరి యమరి

పృథుసదస్సులచేతఁ బెంపారి పెంపారి

వరయాగలక్ష్మిచే వ్రాలి వ్రలి

87-1-ఆ.వెలుఁగుచున్న యట్టి వేదిపైఁ గూర్చుండి

బంధుకోటితోడ భాసురముగఁ

గొంతదనుకఁ గ్రతువునంతయు వేల్చిన

దక్షుఁ గనియె వీరదైవ మపుడు.

88-వ.ఇట్లు కాంచి తదీయ మందిరంబు గణంబులుం దానును జుట్టుముట్టి విపుల వీరావేశ కోపాటోపోప సంరంభుఁడును గరాళ వదనుండును నై చెలంగి యార్చిన.

89-శా.కంధుల్ వండలి పిండుగాఁ గలఁగె ఘీంకారంబు రోధించె ది

గ్గంధేభఁబులు గ్రుంగె భూతలము చుక్కల్ రాలె భూతంబులున్

మందీభూతము లయ్యెఁ దప్పె రవి బ్రహ్మాండంబు భేదిల్లె ది

క్సంధుల్ ద్రెళ్లెఁ జగంబులుం బెగడె పే శంకించె నా బ్రహ్మయున్.

90-క.కలకలము నొందు యాగము

వెలవెలనై చిన్నబోయె వేల్పులమూఁకల్

కలగిరి ఋషి మునిముఖ్యులు
ఎలుఁగింతయు లేక యుండి రెంతయు భీతిన్.

91-ఉ.కొందఱు మూర్ఛవోయిరటఁ గొందఱు పాఱిరి భీతచిత్తులై
కొందఱు చచ్చి రచ్చటను గొందఱు దూఱిరి శాశక్రంతలన్
గొందఱుఁ బుద్ధి మ్రాన్పడిరి గుండెలు ఝల్లని తల్లడింపఁగాఁ
గొందఱు సృష్టిసంహర మొకో యని నివ్వెఱఁగంది రా ర్తులై.91

92-వ.ఇట్లు సింహనాదంబు చేసి విజృంభితుం డై "యిం దెవ్వరేని పాఱిపోయెదరు; వీరల మెదిలిపోనీకుం" డని రభసంబున నయ్యాగమంటపంబు చుట్టును ఖడ్గ పరశు త్రిశూలహస్తు లైన ప్రమథగణంబులఁ గాపు పెట్టి తానును వీరగణసేవితుం డై యవ్వీరభద్రుండు దక్షమఖమండపంబుఁ దరియం జొచ్చు సమయంబున; వెఱచియు వెఱవని చందంబున దక్షుఁ డిట్లనియె.92

93-క.ఇచ్చోటి కేల వచ్చెద
వెచ్చో టే యూరు నిన్ను నెవ్వఁడు పంపన్
వచ్చితివి యేమికార్యము
చెచ్చెర వినుపింపు మనినఁ జిత్తములోనన్.93

94-ఆ.వెఱ్ఱివాఁడు వీఁడు వెంగలి మూఢుండు
భాగమెల్ల నేఱుపఱుపకున్న
మఱిగదాగణంగి మర్దంచి వైచెద
నంచు నతని కనియె నలఘుబలుఁడు.94

చ.“ఎనయగ దేనదేవుఁ డగు నీశ్వరదూతను వీరభద్రుఁడన్
బనివిని నీదు జన్నమునఁ బాలుగొనం జనుదెంచినాఁడ భ
క్తిని శివుభాగ మేది యిట తెచ్చి సమర్పణ మీవు సేయుమా;
విను నను(గూర్చి కుత్సితపువిద్యలు చేసినఁ బోదు వెంగలీ!95

96-మ.తలఁపన్ దుర్మతిపై యొనర్చు నపరాధఋల్ శివుం గూర్చియున్
గల వెన్నే నియుఁ దొల్లి నీ వలన నింకన్ వీరభద్రుం డలం
తులఁ బోనేరఁడు సైపనేరఁడు వృథా దుర్బుద్ధిపై ప్రాణముల్
ఫలమున్ గోల్పడ నేల శంకరునకున్ భాగంబు దెప్పింపుమా.”96

97-వ.అనిన నవ్వి దక్షుం డిట్లనియె.97

98-క.“యాగములోపల శివునకు
భాగము గలదనుచు శ్రుతులు వల్కినచో నీ
భాగము నీ కిచ్చెద నీ
యాగమములఁ దెలుపు మనిన నతి వేగమునన్.”98

99-వ.అనిన విని ఋుగ్యజుస్సామాధర్వంబులు మహావినయభీతచిత్తు లై లేచి
తదీయమఖమంటపంబున నున్న సదస్యులం జూచి యిట్లనియె.99

100-సీ.“నిఖిలతంత్రములకు నీలకంఠుఁడు వేల్పు

భువి నగ్రదైవంబు పూజసేయ
భాగ్యంబు కొఱఁతయే భావించి చూడుఁ డ
కర్మమానసులార! కష్టులార!
పరమేశుత త్త్వంబుఁ బరికింప రేమిటి
కీశాను నిజతత్త్వ మెఱఁగరేల
పరమోపదేశంబు పరమంబు పరమాత్మ
శివుఁ డొట యెఱుఁగరే సృష్టి ననుచు

100-1-ఆ.వేల్పు లెల్ల మాట వినకున్న దక్షుండు
వినియు వినని యట్ల కనలి యున్న
నచటనుండ వెఱచి యాగమంబులు బోయె
బ్రహ్మలోకములకు భయముఁ బొంది.
వీరేశ్వరుండు దేవతలను సంహరించుట.100

101-వ.ఇట్లు వేదంబులు వివరించుటయును, వేల్పులు వినకుండుటయును, వెంగలి యైన దక్షుండు విరోధించుటయును, వీరభద్రుండు వీక్షించి తత్సభవారల కిట్లనియె.101

102-శా."కామధ్వంసుఁడు సర్వతంత్రములకున్ గర్తారుఁ డంచున్ శ్రుతి
స్తోమంబుల్ వినిపింప నేఁడు వినమిన్ దుర్వృత్తి నున్నారిలన్
స్వామి ద్రోహులు మీరు మిమ్ముఁ గడిమిం సంగ్రామరంగస్థలిన్
పేమాఱుం బరిమార్చి పైతు నిఁక దోర్వీర్యం బవార్యంబుగన్."102

103-వ.అని పలికి.103

104-సీ.జంకించి మైపెంచి శంఖంబు వూరించి

గగనభాగం బెల్ల గలయఁ దిరిగి

అనికి సంరంభించి యార్పులఁ జేలగిం

బ్రహ్మాండభాండంబుఁ బగులఁ జేసి

భుజశాఖ లడలించి భూస్థలి నంకించి

బలువిడి నాయుధంబులు ధరించి

అరులగుండెలు చించి యడిదంబు ఝళిపించి

దర్పించి సింహనాదంబుఁ జేసి

ఆ.??????అతికరాళభృకుటితాస్యుఁడై కన్నుల

నిప్పులొలుక సురలు నెఱిఁ దలంకవీరగణవిభుఁడు విలయకాలానల

రౌద్రమూర్తి వీరభద్రమూర్తి.104

105-వ.ఇట్లు మహావీరావేశంబున భేరీ ఢంకార నినాదంబులు గగన మండలంబు నిండి

చెలంగ వెండియు నిట్లనియె105

106-ఉ.కంటక మైన యాగ మిది గౌరిశివార్పణ మంచు నార్పు మి

న్నంటఁగ నగ్గణంబులకు నందఱికిం జెయి సన్నఁజేసి తా

మంటలకన్ను విచ్చి మఖమండపశాలలు నీఱు చేసిమున్

మింట మిణుంగురుల్ మెఱియ మేదిని యెల్లఁ గణంగి ఘూర్ణిలన్.106

107-క.వదనంబున రోషాగ్నులు
పెదఁజల్లుచు ఘోరవీర వైశ్వానరుఁ డై
పదపడి నానాగతులను
విదళించెన్ వీరభుఁడు పేల్పులమూకన్.107

108-వ.మఱియుఁ; బ్రళయకాల నీలజీమూతపటలంబులంబోలి పోనీక పెనుతగిలి పలుదెసలం బాఱి విసరు పెనుగాడ్పు చందంబునఁ జరాచర జంతుసంఘంబుల మండలీభూతసముద్దండ కోదండుం డై వైభవాడంబరం బగు బ్రహ్మాండంబుల నొండొండఁ జేర్చి చెండాడెడు ఘోరాడంబరుం డగు నఖండదండధర వైరి విధంబున దివిరాసి యరితూల యడుగుల పయింబడి యంకిలి లేక దరికొని గరలి వడిగాలి దోఁడుగాఁ గల్గు విలయకాలానలంబు కైవడిఁ గవిసి గిరిగహ్వర గహన గుహాంతర్గత శయనసుప్తంబులైన మదగంధగజ యూథంబుల ఘీంకారంబుచేత ప్రబోధింతబై వాని పెనుదవిలి కుంభస్థలమాంసంబు నఖదంష్ట్రంబులం జించి చెండాడు సింగంబు పగిది మహార్ణవాంతరంగంబున మత్స్య కచ్ఛప కర్కటక తిమి తిమింగిలాది జంతుసంతానంబు లాగున పయఃపారావార మధ్యంబున నమృతాహరణార్థంబు దిరుగు మహామందరంబు తెఱంగున మహాభీకరంబుగాఁగఁ గలసి కరాళించి విలయసమయ విజృంభిత జీమూతనిర్ఘాత ప్రచండ ఘనరవ భయంకరంబుగా శంఖంబుఁ బూరించి విడంబించి యెక్కడఁ జూచినఁ దానయై హరి పురందర విరించాదులు దిగులుకొని బెదరి బెదరి పఱవఁ బోనీక యదరంటం దాఁకి గుడుసువడి వీఁకమై వెఱచఱచి పఱచునట్లుగా దేవగణంబుల మూకల కులికి యగ్గణరాజకంఠీరవుం డగ్గలిక మెఱయ బలువిడిఁ గడువడి కెరలి పిడుగులం బోలిన బాణాజాలంబులు పఱపుచు, శూలంబులఁ బొడుచుచు, నేలపాలు చేయుచుఁ, గఠారంబులఁ బొడుచుచుఁ, గుఠారంబుల ఖండించుచుఁ, బరశువుల నఱకుచు, నత్తళంబుల నొత్తుచుఁ, జక్రంబులఁ ద్రెంచుచు, భిండివాలంబుల ఖండించుచుఁ, జంచువుల విజృంభించుచు, నఖంబులఁ జీరచు, పాదంబులఁ జవురుచు, పిడికళ్ల రువ్వుచు,

నరచేతులం బాదుచుఁ, దూపులఁ బఱపుచుఁ, గవిసియుఁ దనివిఁ గొనక వెండియు; నానావిధ పదఘట్టనంబుల మహీమండలంబులఁ గప్పుచు, మార్తాండ మండలంబు తెఱంగున నతని వెయి చేతుల విడంబించి యఖండ వివిధ విలసిత విశిఖవ్రాతంబుల నందఱకు నన్ని రూపులై తోఁచి గొడుగులు విఱుచుచుఁ, జామరంబులఁ బొడిసేయుచు, శిరంబులు గూల్చుచు, శిఖలు వెఱుఁకుచు, వదనంబులు ద్రుంచుచు, నూరువులుఁ బదంబులు వ్రచ్చుచు, గళంబులు గోయుచు, భుజంబులు విడిపించుచు, నాలుకలు గోయుచు, ముక్కులు జిదుముచు, చెక్కులు గమకించుచు, ప్రేఁగులు ద్రెంచుచు, కన్నులు బెఱుకుచు, చెవులు ద్రెంచుచుఁ, గిరీటంబులు పదతాడనంబున రాల్చుచు, కండలు చెండుచు, రక్తంబులు గ్రోలుచు, నెముకలు రాల్చుచుఁ, బడద్రోచి పండ్లు పీఁకుచుఁ, గొందఱ హోమగుండంబుల నిండను ప్రేల్చుచు, నుదరంబులు ఖండించుచు యిట్లు మఱియుం; గలంచుచు, గుదించుచుఁ, గోలాహలంబు సేయుచు, యేపుమాపియుఁ జమరియుఁ జక్కడిచియు నెఱి చఱచియు నేలపాలొనర్చియు ననంత సమర కేళీవిహారం బొనరింప దేవసంఘుంబులు సైరింపంజాలక నలంగియుఁ, దొలంగియు, నొచ్చియుఁ, జచ్చియుఁ, జర్జరితులై మూర్ఛిల్లియుఁ జెల్లాచెదరై పాఱియు, నొండొరువులఁ జొచ్చియు నున్నం గనుంగొని వీరభద్రేశ్వరుండు.108

109-సీ.పోకు నాముందఱ పోరాదు దేవేంద్ర!
పోయినఁ బోవునే భుజగశయన!
యెటుపోయె? దెటుపోయె? దెందుఁ బోయెద? వగ్ని!
నిలు నిలు నిలు నిలు నీరజాప్త!
బంటుతనము గాదు పాఱకు యమరాజ!
పవమాన! యెక్కడఁ బాఱె దింక?
పంద వైతివి యోమి చందుర! మగవాఁడ

రణమునఁ బాఱెదే రాజరాజ!

109-1-ఆ.వీరు లైనవారు వెనుకకుఁ బోదురే
మగతనంబు విడువఁ దగునె వరుణ!
పోకుఁ డింక మీరు పోయినఁ బోకున్నఁ
బోటు సిద్ధ మెల్లభంగు లందు.109

110-వ.అని ముదలకించి యవ్వీరభద్రుండు రౌద్రోద్రేకంబునఁ బ్రళయకాలరుద్రుండై.110

వీరభద్రుఁ డింద్రుఁడు మున్నగువారిని శిక్షించుట.

111-క.పొడు పైనకొండశిఖరము
విడువక పగులంగ పిడుగు వ్రేసినభంగిన్
పుడమిఁ బడి మన్ను గఱవఁగ
సుడివడ దేవేంద్రుఁ దన్నె సురసుర స్రుక్కన్.111

112-క.చెన్నార నీవు సన్నగఁ
బన్నగధరు విడిచి వచ్చి పాపాత్ముఁడ పై
యున్నాఁడ వనుచు సూర్యునిఁ
దన్నిన రక్తంబుఁ గ్రక్కె దారుణవృత్తిన్.112

113-ఉ.ఆలరి దక్షు నింటఁ జని హవ్యములం దిను చేతు లేవి నీ
నాలుక లేవిరా దహన నాకు మొఱంగిన నేఁడు పోదురా
వాలునఁ ద్రెంతు నంచుఁ గరవాలు మెఱుంగులురాలఁ బట్టి తా

నాలములోనఁ ద్రుంచె వడి నగ్ని కణంబులు ఘోర జిహ్వలన్.113

114-ఆ.దండధరుని బట్టి దమకించి పడవైచి
ముష్టిఘాతపాతదృష్టి ముంచి
యొమ్ము ద్రొక్కి నిలిచి రూపించె ఘన బాహుఁ
దండలీల మెఱయ దండివేల్పు.114

115-క.బడబాగ్ని లొలుకఁ జూపులఁ
గుడుమిడుగురు లెగయఁ బేర్చి గదయెత్తి వడి
న్నుడివడ నైరృతి వ్రేసెను
జడధీశుని వరుణుఁ గాంచి జగతిం గూలన్.115

116-క.తనియని కోపదవాగ్నులు
మునుమిడి దరికొల్ప వీరముఖ్యుఁడు గడిమిన్
దనయార్పులచేఁ గాల్చె
న్మనుకొను నసురాదియక్షమూకల నలుకన్.116

117-క.రుద్రుఁడు శంకరుఁ డుండఁగ
రుద్రుల మని ప్రేలుచున్న రుద్రులె యంచున్
రౌద్రత నెత్తురుఁ గ్రక్కగ
రౌద్రులఁ గట్టలుకఁ బొడిచె రోషముచేతన్.117

118-క.హరుఁ డఖిలగురుం డని యు
ర్వరమ్రొయఁగ నిచటి కేల వచ్చితి చెపుమా

వరద యనుచుఁ దుదిగోరున
సరపాకృతివాణిముక్కు సయ్యనఁ జిదిమెన్.118

119-క.మఱి రాహుచేత మధ్యము
గరువంబడి యున్న పూర్ణకమలారిగతిన్
గఱిగళుఁడు ముక్కుఁ జిదిమినఁ
దెఱవకు భారతికి మోముధృతి నొప్పారెన్.119

120-క.నెత్తురు ధారలు మొగమునఁ
జొత్తిల్లఁగ నగ్నిదేవుసుందరి ముక్కున్
వృత్తస్తనశిఖరంబులు
నత్తరి తుదిగోరఁ ద్రుంచి యవ్వలపై చెన్.120

121-క.వనితలచనులకు నీడైఁ
జనియెడు నని పంచశరుఁడు జక్కవదోయిం
గొనముక్కులు కోసినక్రియఁ
జనుముక్కులు దనరె వహ్ని సతికి రణోర్విన్.121

122-మ.భగునిన్ గూఁకటిఁ బట్టి నిష్ఠురగతిన్ బండ్లూడ నోరంతయుం
బగులన్ వ్రేసి కుదించుచుం బదరుచుం బాపాత్మునిం దక్షునిన్
దగవే చూచిన కన్ను లేవి యనుచుం ధట్టించి లీలాగతిన్
భగుకన్నుల్ పెఱికెన్ సురల్ బెగడఁగా భద్రుండు రౌద్రాత్ముఁ డై.122

123-శా.యోషాగాధలు పల్కు మంత్రములు దా నెచ్చోటికిం బోయెరా

పూషాదిత్య దురాత్మ యంచుఁ బెలుచన్ భూమిం బడన్వైచి ని

ర్దోషుం డాతనిపండ్లు డుల్చె నది హేతుఖ్యాతి గా ధాత్రిలో

భాషల్ తప్పులు వోయె నాతనికిఁ దా భాషించుచో నెప్పుడున్.123

124-శా.చంద్రా నిన్ను ధరించియున్న పరమున్ సర్వేశ్వరుం బాసి యీ

యింద్రాదిత్యులభంగి నేఁడు భువిపై నేతెంచి యిచ్చోట మ

త్సాంద్రక్రోధహతుండ వైతి వనుచుం జంకించి పాదంబులం

జంద్రుం భూగతుఁ జేసి ప్రామె చిదుకన్ సంగ్రామరంగంబునన్.124

125-వ.తదనంతరంబ.125

126-చ.వెనిమిటిఁ బ్రాముచోఁ బురుషభిక్షము పెట్టు మటంచుఁ దారకాం

గన లరుదెంచి మ్రొక్కు క్రియఁ గ్రక్కుననొత్తి శశాంకుఁ ద్రొక్కఁగా

జననమునొంది పెల్లగసి సర్వజనంబునకున్విచిత్ర మై

యొనరఁగ భద్రుపాదముల నొప్పె సుధాజలబిందుసంఘముల్.126

127-వ.మఱియు; సముచితాలాపంబులు పలుకు యుగాంతకాల రుద్రుండునుం బోలె నట్టహాసంబు సేయుచు; మహితమందర మహీధ్రమథిత మహార్ణవ కల్లోలచయంబునుం బోలె శోషించుచు; కంఠీరవంబునుంబోలె గర్జించుచు; మదాంధసిందురంబునుం బోలె మ్రోయుచు; వర్షాకాలమేఘంబునుం బోలె శరవృష్టి గురియుచు; రాహుమండలంబునుం బోలె నొడియుచు; గంతులు ద్రొక్కుచుఁ దాండవంబాడు పురారాతియునుం బోలె వింతగతుల రణవిహారంబు సలుపుచుఁ; బెనుగాలియుం బోలెఁ దూలుచు; బడబాగ్నియునుం బోలె నార్చుచు; నంధకారంబునుం బోలెఁ గప్పుచు; నేలయు

నింగియు నొక్కటియై పొడువుపొడువు పోనీకుఁ బోనీకు చంపు చంపు మని యెఱింగించుచు; దశశతకోటిసహస్రలక్షానేకకోటిసంఖ్యలై దేజరిల్లుచు; యూపంబులఁ బెఱుకుచు; నాచార్యుల నడచుచు; హోతలప్రాణంబులు హోమంబులకు నాహుతులు గావించుచు; పశువుల ననువులు బాపుచు; గంధర్వుల కంధరంబులు ద్రెంచుచు; సిద్ధసాధ్యచయంబుల ధట్టించుచు; సూర్యులం దూలించుచు; తాపసుల విచారించుచు; మునిజనులం దండకమండల యజ్ఞోపవీతములు తుత్తుమురులు సేయుచు; బ్రహ్మ శిరంబుఁ గుదియించుచు; సురాసురజాతంబుల నెరియించుచు; నిప్పులు లొలుకు చూపుల నందఱం గప్పి తలలు కోసి కుప్పలు పెట్టుచుఁ; బ్రేవులు పోగులుపైచుచు; కండలు చెండి కొండలుగా పైచుచు; పీనుఁగుపెంటల నడుమ నెత్తురుటేఱులు గావించుచు; దేవభటుల మాంసంబు లిచ్చి భద్రకాళి మెప్పించుచు; భూతప్రేతపిశాచగణంబులం దనుపుచు; వీరజయలక్ష్మీ విలాసుం డై ప్రజ్వరిల్లుచు వీరభద్రేశ్వరుండు.127

128-లగ్రా.నిక్కి గణనాథుఁ డొక యక్కజపు విల్లు వడిసెక్కిడి గుణధ్వనుల దిక్కు లొగి మ్రోయన్
గ్రక్కున మిణుంగురులు గ్రక్క బలుభూతములుచక్క దొడఁగే యనగ వెక్కసము దోఁపన్
లెక్కలకు దాటి చని యొక్కట సురాదులను జక్కడచె నప్పు డతి చిక్కువడి మ్రొక్కన్
డొక్కడువు నిక్కుఁ డను దిక్కురులనాదములఁ జుక్క లురలం ధరణి
గ్రక్కదలుచుండన్.128

129-వ.మఱియు వీరావేశంబున.129

130-సీపట్టిసంబులఁ ద్రుంచి పలుబాణముల నొంచి ముసలాయుధంబుల మోది మోది

అలుగుల నాటించి యరచేతులను వ్రేసి ముష్టిఘాతంబుల ముంచి ముంచి

కత్తుల నెఱయించి గదల క్రుళ్లణగించి భూరిశూలంబులఁ బొడిచి పొడిచి

శక్తులఁ దూలించి చక్రాలఁ బరిమార్చి పటునారసంబులఁ బఱపి బఱపి

130-1-తే.పెనఁచి నరములు ప్రేగులు వెఱికిఁ బెఱికి

చెనఁకి మేనులపట్టలు చీరిచీరి

డాసి చెక్కులు ముక్కులు గోసి కోసి

వీరభద్రుండు వేల్పులఁ దోలఁ దొడఁగె.130

131-శా.వీచున్నెత్తురు గమ్ముదేర నణఁచున్ వీరంబు దోరంబుగా

వైచున్ నింగికి నేలకున్ దిశలకున్ వజ్రప్రహారంబులన్

దాఁచుం గూల్చు నదల్చు నేర్చుఁ గరముల్ ఖండించి హోమాగ్నిలోఁ

ద్రోచుం గూఁకటి బట్టి మొత్తి సురలన్ దుర్వారగర్వోద్ధతిన్.131

132-శా.నిక్కున్ రాంకృతీసేయఁగాఁ జెలఁగు భృంగీ ఘోషఘోషంబుగాఁ

ద్రొక్కున్ సర్వవసుంధరావహుఁ డనంతుం డెంతయున్ రోజఁగాఁ

జొక్కున్ భీకర మైనహుంకృతులచేఁ జుక్కల్ వెసన్ రాలఁగా

దిక్కుల్ మ్రోయ నజాండభాండములు భీతిన్ బెల్లు ఘూర్ణిల్లఁగన్.132

133-సీ.ఒకమాటు కత్తుల నొరలంగఁ గుత్తుకల్విడిపించి తనతోటి వెలఁది కిచ్చు

నొకమాటు హోతల కుఱికి మధ్యంబులుఖండించి భూతసంఘముల కిచ్చు

నొకమాటు నఖముల నూరుస్థలంబులువ్రచ్చి బేతాళక వ్రజము కిచ్చు

నొకమాటు గదలచే నూరుతలంబులుమరియించి మృగసంఘములకు నిచ్చు

ఆ.ఒక్కమాటు గముల నొక్కటఁ జెండాడు
నొక్కమాటు సురల నొల్లఁ బుచ్చు
వీరభద్రురణము పే అెవ్వరిని బోల్ప
వచ్చు నతనిఁ బోల్ప వచ్చుఁ గాక133

134-వ.ఇట్లు రణంబు సేయుచు నవ్వీరజనచూడామణి యగు వీరభద్రుండు దక్షు
నుపలక్షించి.

దక్షుని శిరంబుఁ ద్రుంచుట.134

135-సీ."ఎఱిఁగితే మనములో నీశానుతత్త్వంబునెఱిఁగింతు నిచ్చోట నెఱుఁగ వేని
యిఁకనైన నిచ్చె దే యీశ్వరుభాగంబు వెంగలి కొల్వులో వేల్పు లెల్ల
ఏపాట్లు పడియెద రీక్షించి చూడరాయాలింపరా యోరి! బేల! యనుచు
నలుగుల నాటించి యఖిల శూలంబులఁగ్రొమ్మెఱుంగులు వెసఁ గ్రుమ్మఁబట్టి

ఆ.దక్షుబంధుజనుల దక్షునికూఁతులు
మోదుకొనుచు బిట్టు మొఱలువెట్ట
దక్షుశిరముఁ ద్రుంచి తగ భద్రకాళిచే
సమ్మదమునఁ గేలిసలుప నిచ్చె135.

136-వ.అంత భద్రకాళియు మహాకాళియుం బోలెఁ గరాళించి దారుణాభీల శూలహస్త యై
రణంబున మాఱులేక తిరుగుచు వీరభద్రుం డిచ్చిన దక్షుని మస్తకంబు గని
మహాభయంబున.136

137-మ.ప్రియుఁ జూచుం దలయూచు నారుచులకుం బిల్చున్ నగు స్వేదుకం
బయలం బాఱఁగ వైచు నేచు నడుమన్ బంతంబుతోఁ బట్టుటన్
నయలీలన్ గబళించు దంచు దివిపై నాడించుఁ దూలించు ని
ర్భయతం దక్షుశిరంబు కందుక గతిన్ భద్రాణి వేభంగులన్.137

138-వ.తత్సమయంబున నయ్యాగపురుషుండు మాయామృగాకారుం డై తిరిగి పోవుటం గనుంగొని "పోకు పోకు నిలు నిలు మింక నెటు బోయెదు మత్కోపబడబానలంబు బాఱిఁ బడితివి గాక" యని విల్లు మోపెట్టి బెట్టిదం బగు నయ్యర్ధచంద్రబాణంబుఁ దొడిగి కడువడి నతని శిరంబుఁ బుడమిం బడనేసి కూల్చి బిట్టార్చి చిక్కన మూకలపైఁ గవియుచుండ భయంపడిన దేవజనంబు లెల్లను నార్తారావంబుల మహాదైన్యంబున.138

వీరభద్రుఁడు విష్ణువుతో యుద్ధము చేయుట.

139-చ.అరిమురి నన్నిదిక్కులకు నాలములోపలఁ జొచ్చి భీతు లై
పఱచుటఁ జూచి మాధవుఁడు "పాఱకుపాఱకుఁ డేను గల్గఁగా
వెఱవఁగ నేల రం" డనుచు వేల్పుల నందఱ నిల్పి మొత్తమై
వెఱవక నిల్చి బీరమున వీరునకున్ గిరివోలె నడ్డ మై.139

140-వ.ఇవ్విధంబున.140

141-ఉ.ఆలము సేయఁ బూని కడు నాయితమై హతశేషు లైన దే

వాళియు సేన యై నడువ నార్చుచు పన్నగవైరి వాహుఁడై
వ్రాలుచు భద్రుపైఁ గవిసె వారిజనాభుఁడు వాసుదేవుఁ డా
భీలవిహారి యై మృగము బెబ్బులి నుగ్రత చేరునాకృతిన్.141

142-వ.తత్సమయంబున.142

143-సీ.లలిత నానాయుధాలంకార మగుదాని
గోరాజుపడగచేఁ గొమరుదాని
అనిల వేగములగు హరులు గట్టినదాని
నమరాద్రియునుబోలె నమరుదాని
దినపబింబముభంగిఁ దేజరిల్లెడుదాని
మహనీయకాంచనమణులదాని
దుందుభి ఘంటికా తూర్య ధ్వనులదాని
దృగ్గోచరంబు నై తోఁచుదాని

143-తే.నొక్కరథము శంభుఁ డుగ్రతఁ బుత్తేరఁ
బద్మభవుఁడు వీరభద్రుకడకుఁ
దెచ్చి కేలుమొగిచి తివిరి యిట్లని విన్న
వించె భక్తితోడ వెలివుమెఱయ.143

144-శా." ఓ! వీరాగ్రణి! యా తపోవనములో నున్నాఁడు శంభుండు యా
దేవిం దాను సురవ్రజంబు గెలువన్ దేరిప్డు పుత్తెంచె రా
జీవాక్షుండును వీఁడె కయ్యమునకుం జేరెన్ రథారూఢుఁడై

వేవేగన్ రిపు గెల్తు గాక కడిమిం వీరప్రతాపాంబుధీ!144

145-ఉ.రాజధరుండు తొల్లి త్రిపురంబులపైఁ జనునాఁడు వేదముల్
వాజిగణంబు లై పఱవ వారక రొప్పుటఁ జేసి దైత్యు ఘో
రాజిని గెల్చె నీశ్వరుఁడు రమ్యత నీకును నేఁడు దేరికిన్
వాజులు రొప్పెడిం గడిమి వైరుల గెల్వుము వీరవారిధీ!145

146-వ.దేవా! యీ దివ్యరథారూఢుండ వై సమరకేళీవిహారంబు సలుపుదువు గాక" యని విన్న వించిన "నగుం గాక" యని యుదయ ధరణీధర శిఖరంబు ప్రవేశించు దినరాజు చందంబునఁ దన మనోరథంబునకు హితమైన దివ్యరథం బెక్కి యుక్కుమిగిలి గుణయూథంబు లిరుగెలంకుల యందును నందంద వీరభేరీ మృదంగ శంఖ కాహళ నిస్సాణాది వాద్యంబులు చెలంగ నిలింపశ్రేష్ఠుం డగు పరమేష్ఠి దనకు సారథియై చరియింప నకంపిత విక్రముం డై ప్రళయకాల భైరవుండునుం బోలె సింహనాదంబులు సేయుచు దేవగణంబుల మనంబులు వ్రయ్యలై పగులునట్లుగా శంఖంబు వూరించి కుంభినీధరంబుపైఁ గవయు దంభోళిధరుని చందం బై పురందర గోవిందాదులం గదిసి వీరభద్రేశ్వరుండు.146

147-ఉ.తన్ను నిలోనఁ దాఁకి ఘనదారుణబాణము వేయు వెన్నునిం
గన్నుల నిప్పు లొల్కఁ గని గర్జితసింహకరాళమూర్తి యై
యెన్నఁగ నొక్కవింట వడి నెక్కిడి టంకృతి చేసి బాణముల్
పన్నగశాయిపైఁ బఱపె భాసురసంగరకేళి నొప్పుచున్.147

148-ఉ.గ్రక్కున విష్ణుఁడుం గదిసి కయ్యమునన్వెనువెంట నార్చుచున్

బెక్కుశరావళుల్ దొడిఁగి బింకముతో గణనాథు నేసెఁ బెం
పెక్కి గణాధినాయకుఁడు నేసెను పెన్నని నంత లోపలన్
జిక్కినలావుతో మెఱసి శ్రీపతి నేసిన నేసె వెండియున్.148

149-మ. హరి మున్నేసిన కోపమంది వితతాహంకారుఁ డై బాణముల్
పొరి సంధించి లలాట మేసె నతనిన్ బుంఖానుపుంఖంబులై
దొరఁగన్ దీవ్రత నేసె నేసె హరియుం దోర్దండ శౌర్యోన్నతిన్
బెరయన్ భద్రుభుజంబు బాణమున నొప్పించెం సురల్ పొంగఁగన్.149

150-వ.అంత.150

151-క.వీరావేశముతోడను
బోరున రుద్రుండు విష్ణుభుజములు గాఁడన్
ఘోరశరంబులఁ బఱపిన
బీరంబులు మాని దేవబృందము స్రుక్కెన్.151

152-వ.మఱియు నయ్యవసరంబున జగంబులఁ బెన్నుద్దులైన బలుమింటి జోదు లిద్దరు నొండొరులం గైకొనక గెలుపు తలంపులు గైకొని మదంబునఁ దమతమ లాఘవంబుల మెచ్చక మత్సరంబులు రెట్టించి బెట్టిదంబు లగు పంతంబులు పలుకుచు; నగణితగుణఘోషంబుల దిగంతరాళంబులు దిగులు కొలుపుచు గుడుసువడి యుండఁ; గోదండంబులఁ దెగటార్చుచు సుర సిద్ధ సాధ్య సంఘాతంబులకు భయంబు బుట్టించుచు; మహితమార్గంబు నిండ నభోమండలంబున మంట లెగయించుచు మర్మంబులు గాఁడిపార ననేకదివ్యబాణంబులు పఱపుచు సంహరించుచు నన్యోన్య శరీరజాలంబులు తుత్తుమురు

సేయుచు నిప్పునిప్పును గరిఁగరియును ధరణిధరణియును మహార్ణవము మహార్ణ
వంబును గిరీంద్రము గిరీంద్రంబును బ్రహ్మాండము బ్రహ్మాండంబునుం దాఁకి తనివి చనక
పోరాడు చందంబున సములై యసమాన రణవిహారంబులు సలుపుచు; కాలసర్పంబులుం
బోలె మ్రోగుచు కంఠీరవంబులుం బోలె గర్జించుచు జలధరంబులుంబోలె శరజాలంబుల
భూమండలంబుఁ గప్పుచు కాలరుద్రులుంబోలె నడరుచు; ధారధరంబులుంబోలెఁ
గప్పుచుఁ; దారౌటఁ దెలుపుచుఁ; బరస్పరభల్లభగ్నాంగు లై మూర్ఛిల్లుచుఁ; దెలియుచు;
సింహనాదంబులు సేయుచు; బిట్టల్క నట్టహాసంబు సేయుచు; నార్చుచు;
నిజపాయకంబుల నభోభాగ భూభాగంబులు పెల్లి విఱియించుచు; నజాండభరితంబు లగు
హుంకారంబు లొనరించుచుఁ; దుహినదహనవరుణాంధకార గంధవాహంబు లనంగల
ఘోరశరంబులు ప్రయోగించుచు; నిరువురుఁ గరలాఘవంబులఁ బరిభ్రమించుచుఁ;
బుంఖానుపుంఖంబుగా వేయుచు నదల్చుచు; నతిభయంకరంబుగా సంగరంబు
సేయుచుండి రయ్యవసరంబున.152

153-క.నలి నంపకయ్య మప్పుడు
నొలయక బలుమేటివింటిజోదులు వెలుచన్
సలుపఁగ నెచ్చెలువమునకు
వెలయగఁ బెల్లార్చిరపుడు వేలుపు లెల్లన్.153

154-క.దేవత లార్పులు వొడఁగని
వావిరిఁ గోపించి కడఁగి వాఁడిశరంబుల్
పేవేగ భద్రుఁ డేసిన
నావిష్ణుని యురము గాఁడి యవనిం బడియెన్.154

155-మ.పడియున్ వేగమె తేరి శౌరి పఱుపన్ బాణంబు లెన్నేనియున్
నడుమం ద్రుంచె గణాధిపుండు కడఁకన్నారాయణాస్త్రంబుఁ దాఁ
గడిమిన్ మాధవుఁ డేసె నేయుటయు వేగన్ వీరభద్రాస్త్రమున్
వెడలించెన్ వడిఁ ద్రుంచి వైచెఁ బొడిగా వీరుండు దద్బాణమున్.155

156-మ.మఱియుం భద్రుఁడు తీవ్రబాణతతులన్ మానాథుకోదండమున్
విఱిచన్ దార్క్ష్యని ఱెక్కలన్ దునిమినన్ విష్ణుండు రోషించి య
త్తఱి నత్యుగ్రుల శంఖచక్రధరులన్ దర్పాఢ్యులన్ వీఁకఁ గొం
దఱిఁ బుట్టించె దహించె వారి శిఖనేత్ర జ్వాలలన్ భద్రుఁడున్.156

157-వ.అయ్యవసరంబున.157

158-క.ఆహవమున నిజచక్రము
బాహాటోపమున భద్రుపై నటువైవన్
సాహసమున భద్రుండును
ఆహా యెట వైచె దింక ననవుడు భీతిన్.158

159-ఉ.ఏపున నేయఁగా వెఱచి యెత్తిన చక్రముతోడ భీతి ల
క్ష్మీపతి సింహమున్గదిసి చిక్కిన యేనుఁగుఁ బోలె నేలపైఁ
జూపులు చేర్చి చేడ్పడినఁ జూచి దిగీంద్రులు డాయకుండఁగాఁ
గోపము నొంది భద్రుఁడును క్రూరశరంబుల నేసె నుగ్రుఁడై.159

160-వ.మఱియు నయ్యవసరంబున నిర్వికారనిశ్చేతనుండై విరథుండై యున్న మాధవుం జూచి యవ్వీరుండు తన బాణజాలంబుల నతిని ప్రాణంబులు గొన సమకట్టి, యీశ్వరప్రియుం డని మనంబునం దలంచి, ప్రమథగణంబులచేత నచ్చక్రంబు నులిమి తెప్పించి తదనంతరంబ. వీరభద్రుం డింద్రాదులతోఁ బోరాడుట.160

161-క.ఎక్కడ వచ్చెద రిచటికి
వ్రక్కలు గావింతు నన్న వాసవుఁ డనిలో
గ్రక్కున వజ్రము వైచెను
చిక్కెను వజ్రంబు వీరసింహునిచేతన్.161

162-క.అందంద వీరకాహళ
దుందుభి నిస్సాణ శంఖ తూర్య రవంబుల్
క్రందిల్లె వీరసారథి
బృందారకబృంద మెల్లఁ బోరిఁబోరి వణఁ కెన్.162

163-వ.ఇట్లు తన కెదురుపడ నారాయణేంద్రాది దేవగణంబుల నాలంబున పలాయమానంబులం జేసి తనివిచనని కోపంబున నొకని నొకనికిం బది నూఱు వేయు లక్ష కోటిరూపులై విజృంభించి ప్రళయకాలాగ్ని చందంబున వలయాకారంబుఁ గొని కొఱవి ద్రిప్పిన తెఱంగున నెక్కడఁ జూచినఁ దానయై కనుపట్టి చంపుచు; నెదురులేని మదగజేంద్రంబు చందంబున నవ్వీరగణ కంఠీరవుండు ఘోరవీరతాండవాడంబరుం డై సమరకేళీవిహారంబు సలుపుచున్న సమయంబున నిలింప దేవ సంఘంబులు వీరభద్రునిచే భల్లభగ్నాంగులై శిరంబులు దెగి అర్ధచంద్ర నిశిత విఖంబులఁ గంఠంబులు దెగి పడి బెగడి జేవురు గొండల తెఱంగున నెత్తుటఁ జొత్తిల్లువారును; తమ బంధుజనంబులం

బాయఁజాలక వారి కెదురుపడి చచ్చువారును; గుమ్ముర్లు కట్టి వీరభద్రు రణంబు చూచి భీతచిత్తులై ప్రాణంబులు విడుచువారును; దావానలంబునం బడి కాలు భూరి జంతుచయంబుల చాడ్పున భద్రుఫాలానలంబున భస్మీభూతు లగువారును మఱియు శివద్రోహుల మగు పాపకర్ముల కింత వలవదే యని తమలోన నెఱింగించుకొను వారును మఱియుఁ గులశైలగుహాంతరములలో డాగువారును; గాఱడవుల దూఱువారును; నేరుల మునుంగువారును; నెట్టెలు చొఱఁ బాఱువారును; బీనుఁగుల మఱువు దీసికొనువారును; రూపు చెడి దేహయష్టి తుత్తుమురులైన వారును; “వీరభద్ర వీరభద్రా శరణంబు శరణం” బనువారును; భల్లాయుధంబులచేత దేహంబులు వ్రయ్యలై పలుమాఱు నెలుంగెత్తి యేడ్చువారును; వూరి గఱచుకొని నిరాయుధులై పడువారును నైరయ్యవసరంబున కొండలరాసులు ప్రేగులప్రోవులు నెముకలతిప్పలు మాంసంబులు పీనుఁగు తలలు పెంటలు మెదడు రొంపియు నెత్తురుటేరులును నై పీనుంగులు జలచరంబుల చాడ్పునను ధవళచామరంబులు వెలినురుఁగుల చందంబునను గంధర్వ దివిజ శల్యంబుల తెట్టలు కొండల కైవడియు నై పడియున్న దేవభట్టారకు లరవిందపుఁ దూండ్లభంగియుఁ దునిసిన ధవళఛత్రంబులు పుండరీకంబుల కరణియు రాలిన కరకంకణాది భుషణజాలంబులు మరాళాది జలపక్షుల లాగునను గుప్పలుగొని పడియున్న శిరంబులు శంఖంబులును దట్టంబులు నానా ద్వీపంబులును మార్తాండమండల కిరణంబులవలనఁ దేరి చూడరాని నెత్తురుటేరులును శరంబులచేత నురంబులు పగిలి పఱచు నిలింప సంఘంబులు తరంగంబుల చందంబునను మహాభీతచిత్తులై పఱచు నార్తారవంబులు మ్రోఁతయు నై మహార్ణవంబుతో ననుకరించె నప్పుడు శరచ్చంద్రికా మయూఖ విలసితుం డైన చందురుండునుం బోలె రక్తార్ణవంబు నుబ్బించుచు వీరభద్రుం డొప్పుచుండె నయ్యవసరంబున.163

164-మత్త.ఓహటించె రణంబులోఁ బడియున్న మాధవముఖ్యులన్

సాహసంబునఁ జేరి పెండియుఁ జండకోపముతో శివ
ద్రోహు లిద్దఱు నెల్ల వెంటనఁ దూలి పోవఁగ నీక మీ
రాహవంబునఁ బట్టు డిందటి నంచుఁ బల్కె గణాధిపుల్.164

165-తరల.కఱకుపేల్పులఁ బట్టువారల కాళ్లు సేతులు వొట్టలున్
మొఱలు కూఁతలు పెట్ట నుగ్రత మొష్టిఘాతల నొంచుచున్
పఱవగం జననీక శృంఖలబంధనంబులు చేసి తా
నరిమురిన్ రణకేళి సల్పెను నాత్మ నెంతయు నోలుచున్.165

166-వ.అనిన విని మునీంద్రులు విస్మయాత్మకు లై వాయుదేవు నుపలక్షించి తమలో నిట్లనిరి.166

167-క.శివనిందయు స్మృతినిందయు
శివభక్తులుగానివారి సేవించుటయున్
భువనమునఁ గాదు దక్షుఁడు
శివనిందను దలఁచి యిట్లు చెడియెన్ ధరణిన్.167

168-సీ.సలలితంబుగ జన్న శాలలు భస్మమై తోరణంబులు డుస్సి ధూళిఁ గలసె
హోమగుండము లెల్ల నొగి సెత్తురులఁ దోఁగి బ్రహ్మలు పేల్పులు పరఁగఁ జచ్చె
బృందారకావలిఁ బొలియించెఁ గులవధూ జనవిలాపంబులు సందడిల్లె
భాసురం బగు లక్ష్మిపతిఁ బట్టి కట్టిరి తపసులు పెద్దలు ధరణిఁ గూలె168

ఆ.బెరసి తలలగములు పీనుఁగుపెంటలు

మదపుకుప్పలైన మాంసములును
రక్తనదులు మెదడురాసులు సెముకలు
గుట్టలయ్యెఁ జెప్ప జెట్టలగుచు.168

169-ఆ.గిరిశుఁగూర్చి సేయు గురుపాతకంబైన
పుణ్య మధికమగుచుఁ బొరయుచుండు
శ్రీగిరీశు వేఱుసేయు పుణ్యంబైన
పాతకంబు సెల్లభంగులందు."169

170-వ.అని మునీంద్రులు సముచితాలాపంబులం బల్కుచు వాయుదేవుం జూచి "మహాత్మా! మఱియును దత్సంగ్రామంబున వీరభద్రుం డెవ్విధంబునం జరియించె వినుపింపు" మని యడిగిన నతం డిట్లనియె.170

171-క."ఈ విధమున గణనాథులు
దేవానీకములఁ బట్టి తెరలని బలిమిన్
బోవని శృంఖలబంధము
గావించిరి సంగరమునఁ గలుషాత్మకులన్.171

172-వ.తత్సమయంబున.172

173-క.చారుతరభ క్తితోడను
సారథి యై మెలఁగుచున్న చనవునఁ బ్రీతిన్

వీరగణాధీశ్వరునకు
భారతిపతి మ్రొక్కి నిలిచి పలికెన్ గడఁకన్.173

174-శా.“ వీరాంభోనిధి! నేఁడు మీ యలుకకున్ వీరెంతవారయ్య త్వ
త్కారుణ్యంబునఁ గాతు గాక యని యా కష్టాత్ములన్ బోరిలోఁ
గాఱింపం గబళింప నీ ప్రమథుఁ డొక్కం డైన జాలండె దు
శ్చారుల్ దివ్యులు వీరి సెన్నక మదిన్ సైరించి రక్షింపవే.174

175-క.తప్పులు చేసిన బిడ్డల
తప్పులకును శిక్షఁ బెట్టి తండ్రులు దెలియం
జెప్పుదురుగాక యెందును
తప్పులకును ద్రుంతురయ్య తరుణేందుధరా!175

176-క.తారే పెట్టినతరువుల
తారే వెఱుకుదురె పతికి దాసీజనముల్
నేరక యెఱుఁగక చేసిన
నేరంబులు సైఁప వలదె నీలగ్రీవా!”176

177-క.అని యిట్లు బ్రహ్మదేవుఁడు
వినుతులు సేయంగఁ బ్రీతి వీరాధిపుఁడు
న్మనమున దయ గరుణించుట
గని హరియును సురలు బ్రహ్మ ఘటితాంజలులై.177

178-వ.ఇట్లు స్తుతియింపం దొడంగిరి.178

179-క." జయజయ నిర్జరమదహర!
జయజయ రణరంగభీమ! శౌర్యోద్దామా!
జయజయ వీరాంభోనిధి!
జయజయ లోకైక వీర! సంతతధీరా!179

180-ద.శ్రీనీరరూపా! శివ! ద్రోహగండా! ప్రచండప్రతాపా! సుపర్వాణసంఘా! తమోభానుబింబప్రదీపా! మహాకోప రూపాదివీరాంకవీరా! పురారాతి సంహార ఘోరావతారా! శివాచారమందార! బృందారకాధీశగర్వాపహారా! దయాకార! నాగేంద్రహారా! సనందాదియోగీంద్ర చేతోవిహారా! జనాధార! నీ దివ్య తత్త్వంబు భావింపఁగా లేక గర్వాంధకారాంధు లేమైతిమో నీదు రూపంబు రూపింప నజ్ఞాన బంధంబులం జిక్కి వేద ప్రకారంబులన్ మించి యిచ్చోటికిం దక్షయాగంబు వీక్షింపఁగా నిన్ను మారాక యెల్లం గడుం దప్పులై యుండు సైరింపవే దేవదేవా! శివద్రోహు లై నట్టి మమ్మున్ విజృంభించి శిక్షించి తీవింక నీదైన వైరంబు చాలింపు తండ్రీ! మముం గూర్చి మే మెంతవారమ్ము నీ యానతిం గాదె యీ బ్రహ్మ లోకంబులం బ్రాణనిర్మాణుఁ డై యుంట; నీ యానతిన్ గాదె యీ విష్ణు లోకైకరక్షాభుజాదక్షుఁ డై యుంట; నీ యానతిం గాదె రుద్రుండు సర్వ ప్రపంచారి యై యుంట; నీ యానతిం గాదె రేయుం దినంబుల్ వెలుంగొందుచుం జంద్రసూర్యాదులున్ భవ్యు లై యుంట; నీ యానతిం గాదె దేవేంద్ర నాగేశ ముఖ్యుల్ ప్రతాపించి దిక్పాలు రై యంట; నీ యానతిం గాదె దేవౌఘముఖ్యుల్ సులోకోపకారార్థు లై యుంట; నీ యందుఁ గాదె సరోజాతజాతాండముల్ దొంతు లై యుంట; నీ యున్న చందంబు నేమెంత యూహింపఁగావచ్చు; వేదంబులు న్నీవ; వాదంబులు న్నీవ; ధైర్యంబులు న్నీవ; మర్మంబులు న్నీవ; యీ బ్రహ్మయు న్నీవ; యీ విష్ణువు న్నీవ; యీ రుద్రుఁడు న్నీవ; సర్వంబును న్నీవ సుమ్మీ; జగన్నాధ! నీ పెంపు నీకుం దలంపంగఁ జిత్రంబు మాబోఁటి

వారెల్ల నిన్నున్ విచారింపఁగా నేర్తురే? నీవు కారుణ్యదృష్టిన్ బ్రసన్నుండ వై వీరు నా వారు నా దాసు లంచున్ ముదంబొప్ప మన్నించి దివ్యప్రబోధ ప్రసాదంబులన్ జేసి రక్షింపగా నీకు భారంబు గాకుండు నజ్ఞానభావంబులం బాపి సుజ్ఞానమార్గంబులం జేసి నిష్కర్ము లై నిత్య సమ్మోదు లై యేకచిత్తంబునం బొంది నిర్వాణు లై నిష్కళంకంబులన్ బొంది మిన్నంది మీ యందు భావంబు గీలించి; నీ దివ్య రూపంబు దా నెట్టిదొ౦ గాక యంచుం దలం బొంది భావించు వా రెల్ల దృగ్గోచరం బైన నిన్నేర్పడం గానఁగా లేక విభ్రాంతు లై చిక్కువడ్డార దెందేనిమిత్తంబునం జేసి నీ చందము న్నీ విలాసంబులు న్నీదు రూపంబునుం జూచియు; న్నీవు దండించు పుణ్యంబులు న్పొందఁ గల్గెన్; మహాధన్యుల మ్మైమ్మెతీ మో దేవ! దేవాదిదేవా! మహాదేవ! నీ లెంక లైనట్టి నీ దాసు లైనట్టి మమ్ముం దయాళుండ వై ప్రీతి రక్షింపవే; దేవ! వీరెవ్వరుం గానఁగా లేరు నేరంబు సైరింపవేచ దేవ! మన్నింపవే దేవ! శ్రీవిరభద్రా! శరణ్యంబు రుద్రా! నమస్తే! నమస్తే! నమస్తే! నమః.180

181-క.జయజయ లోకారాధిత!
జయజయ ఫాలాగ్ని నేత్ర శశిరవినయనా!
జయజయ శూలాయుధకర!
జయజయ సోమార్ధజూట! సర్వజ్ఞనిధీ!181

182- క.నినుఁ గాన లేవు చదువులు
నినుఁ గానవు జగము లిట్టు నీ విచ్చోటం
జను దెంచి శిక్షపెట్టుట
పనిగొని మాతపము లెల్ల పండుట గాదే.182

183-క.పాపం బని చింతిపకపాపాత్ముని దక్షుఁ గూడి మతిమాలి వెసం

బాపపు జన్నముఁ జూచిన
పాపాత్ముల కింత వలదె పాపము ధరణిన్.183

184-శా.భూమిన్ బాలురు సేయు వెఱ్ఱితనముల్ పోషించి యెవ్వారలం
బ్రేమన్ ముద్దులు సేయఁగావలయునో పెంపార నూహింపుమా
మేమెల్లన్ భవదీయపుత్త్రులము గామే తండ్రి మానేరముల్
స్వామిద్రోహరగండ! సైఁచి కరుణన్ సంప్రీతి రక్షింపవే.184

185-క.అవధారు వీరవిక్రమ!
భవదీయ మహోగ్రకోప పావకకీలన్
వివరంబన నిట్లైతిమి
భవమత్తుల కింతి వలయుఁ బావనమూర్తీ!185

186-క.రక్షింపుము కరుణాకర!
రక్షింపుము లోకనాథ! రమ్యాకారా!
రక్షింపుము రిపుసంహార!
రక్షింపుము వీరభద్ర! రౌద్రసముద్రా!"186

187-వ.అని మఱియు ననేక ప్రకారంబుల దామోదర విరించీంద్రాది సుర గణంబులు వినుతింప ననుకంపాయత్త మానసుండై వీరావేశంబుఁ జాలించి, గోవింద పురందర దేవగణసమూహంబులకు శృంఖలాబంధ మోచనంబులు చేయించి యప్పరమేశ్వరుం డున్నయెడకుఁ జనుదెంచి సాష్టాంగదండ ప్రణామంబు లాచరించి తన కడిమి మెఱసి దక్షాధ్వరంబు చుట్టుముట్టుకొని పట్టితెచ్చిన దేవతలను దదీయాంగకంబులును

నమ్మహాదేవు సన్నిధిం బెట్టి పేర్వేఱ నెఱింగించువాఁడై యిట్లనియె. పరమేశ్వరునితో వీరేశ్వరుండు ధ్వంసవృత్తాంత మంతయుఁ దెల్పుట.187

188-సీ.ఇది సరస్వతి ముక్కు యిది దకు తుండంబు యిదె వహ్ని నాలుక లవధరింపు
మిదె హవ్యవాహునియిల్లాలి చను ముక్కు భాసురం బగుచున్న నాసికంబు
యివె పావకుని చేతు లివె దేవతల తలల్ నిడుద ముక్కును భర్గు నేత్రములును
ఇవె గజదంతంబు లివె దేవగణముల కాళ్లును చేతులు కాయచయము

ఆ.తెచ్చినాఁడ సురల నచ్యుతు నాదిగాఁ
బట్టి తెచ్చినాడఁ బరఁగ నింకనేమినేయువాఁడ నీశాన యానతి
నీవె నాకుఁ గరుణ నేర్పడంగ."188

189-వ.అని విన్నవించి ముకుళితహస్తుం డై వీరభద్రేశ్వరుండు నిలిచియున్న సమయంబున.189

190-క.కలఁగుచు తలఁగుచుఁ గొంకుచు
వెలవెల నై సిగ్గుపడుచు వెఱపున నమరుల్
జలరుహనయనుఁడు మొదలుగఁ
బలుమరుఁ బ్రణమిల్ల నంత భవుఁ డిట్లనియెన్.190

191-సీ.మిమ్మెల్లఁ గాఁచితి మేలైన కరుణను వెఱవకుండుఁడు మీరు వేల్పులార!
యేను గోపించిన మానుపింపఁగ మీకు దిక్కేది చెప్పుఁడా దివిజులార!

మఱియు దక్షుని(గూడి మమ్మిట్లు మఱతురే తెలిసియుండవలదె దివ్వులార!
యవు(గాక మీసే(యు నపరాధములు గాచి యభయంబు లిచ్చితి నమరులార!

ఆ.అనుచు నీలకంఠు(డల్లన నగవుతో
నానతిచ్చి కరువు నమరియున్న
చచ్చి మరల(బుట్టి వచ్చినవారైరి
సంతసిల్లె దేవ సంఘమెల్ల.191

192-వ.అయ్యవసరంబున సరోజసంభవుండు పరమేశ్వరునకుసాష్టాంగదండ ప్రణామంబు లాచరించి కరమలంబులు నిటలంబున ఘటియించి విశేష తాత్పర్య చిత్తుం డై "సర్వేశ్వరా! యొక్క విన్నపం బవధరింపు" మని యిట్లనియె.192

193-క.తప్పులు చేసినవీరల(
దప్పులకున్ దగినభంగి దండించి దయం
జెప్పుదును నీ క్రమంబున
నిప్పుడు మన్నించు టొప్పు నిభచర్మధరా!193

194-క.పుట్టింప నీవె నేర్తువు
నెట్టన రక్షింప నీవె నేర్తువు గడిమిం
గిట్టింప నీవె నేర్తువు
యిట్టి దయారసమె చెల్లు నీకు మహేశా!194

195-క.సురసంఘములకు నీచే(

జొరిఁ జచ్చుట వారివారిపుణ్యము సుమ్మీ

సురచిరముగఁ బ్రాణంబులు

పరమేశా! యేము మగుడఁ బడయుట గాదే.195

196-క.దేవతల యంగకంబులు

దేవర చేఁజేతఁ ముట్టి తెచ్చె ననంగా

దేవతలకుఁ బెద్దఱికము

దేవా! ప్రాప్తించె వినుము దేవాధిపతీ!196

197-క.ఖండేందుజూట! నీచే

ఖండింపఁగఁ బడినచోట్లు క్రతుభుక్కులకున్

మండనములు దొడిగినక్రియ

నొండొండ వెలింగి యొప్పుచున్నవి దేవా!"197

198-వ.అని విన్నవించిన నప్పరమేశ్వరుండు.198

199-ఉ.లోలదయాళుఁ డై నిఖిలలోకవిభుండు శివుండు కొండరా

చూలిముఖేందుమండలముఁ జూచుచు నిట్లను "వీరభద్రుఁడున్

వేలుపుమూకలన్ గనలి వేగఁ గలంచి యలంచెఁ గోపమున్

జాలును వీరలన్మనకు నైరణచేయఁగఁ బోలు నంగనా!199

200-క.నేరము చేసినవీరుల

వీరిం దెగటార్చ మనము వీక్షించినచో

వారింపఁగ దిక్కెవ్వరు

గౌరీ! యిఁకఁ గరుణతోడఁ గావఁగవలయున్.200

201-వ.అని సకలభువనప్రతీష్ఠుం డగు పరమేశ్వరుండు కరుణాకటాక్షుం డై.

శివుండు బ్రహ్మమొదలగువారి ననుగ్రహించుట.201

202-సీ.పావకజిహ్వలు బాహుఖండంబులు

వలనొప్పఁ బిలిపించి వహ్ని కిచ్చె

పూషుదంతంబులు పూషున కిప్పించె

భర్గుని నయనంబు భర్గున కిచ్చె

భారతిముక్కును భారతి కిప్పించి

ముక్కున కొక మంచిముత్తె మిచ్చె

అగ్ని దేవునియాలి నల్లన రప్పించి

చనుముక్కులును ముక్కు సతికి నిచ్చె

తే.మఱియు భద్రుండు దెచ్చిన సురలయంగ

కంబులెల్లను మరలంగఁ గరుణ నిచ్చెఁ

దెగినవారల జీవుల మగుడ నిచ్చి

యభయమిచ్చి బంభావించె నభవుఁ డపుడు.202

203-క.హరికి సురపతికిఁ గరుణను

వరుసన్ బిలిపించి చక్రవజ్రాయుధముల్

కరిచర్మధరుం డిచ్చెను

సరభసమున సురలు బ్రహ్మ సంస్తుతిసేయన్.203

204-క.శంకర దేవుని పంపున

పంకజభవుఁ డొక్క తగరు పడియున్న నిరా

టంకముగ దానిశిరమును

లంకించెను దక్షుతనువు లక్షణ మొదవన్.204

205-వ.ఇవ్విధంబున.205

206-క.దక్షునితల యంటించిన

దక్షుఁడు నలుదెసలు చూచి తనచిత్తములో

నక్షీణభక్తి వెలయఁగ

దక్షారికి మ్రొక్కె సిగ్గు దనరఁగఁ బ్రీతిన్.206

207-క.నినుఁ దెలియక మతిమాలితి

నినుఁ దెలియక ఖలుఁడ నైతి నీలగ్రీవా!

నినుఁ దెలియక గతిఁ దప్పితి

నినుఁ దెలియక మరులుకొంటి నిరుపమమూర్తీ!207

208-క.నీ పేల నాకు నొందెడు

నీవు దురత్మును నెల్ల నేరవు బ్రవన్

నీ విధముఁ దెలియ వశమే

నీ పెఱవుఁ దలంపఁ దరమె నిర్మలకీర్తీ!208

209-క.బంధురనానాకల్మష
బంధంబులు చుట్టముట్టి భావములోనన్
బంధించి బలిసి యున్నవి
బంధంబులఁ బాపి కరుణఁ బాటింపు శివా!209

210-క.నిను నే విధమునఁ గొలుతును
నిను నే విధమునఁ దలంతు నిను నెట్బంగిన్
వినుతింతు నానతీవే
యనుపమగుణహార! త్రిజగదభినవరూపా!210

211-క.గంగారమణిమనోహర!
గంగారంగత్తరంగ కలితశిరోజా!
గంగాసలిలవినోదన!
గంగాతటినీసమీప గమనవిహారా!211

212-క.గౌరీకుచపరిరంభణ!
గౌరీముఖచంద్ర బింబ గంధ సరోజా!
గౌరీమానసరంజన!
గౌరీనయనారవింద కమలాధిపతీ!212

213-వ.అని మఱియు శరణంబు వేఁడిలి దక్షునిం గనుంగొని రజతగిరి మందిరుం
డిట్లనియె.213

214-ఆ.“మమ్ము మఱవఁ దగునె మహనీయ మగు బుద్ధి
గలిగి నడువు మెల్ల కార్యములను
నీకు నివ్విధంబు నీ నేరమునఁ గాని
మత్కృతంబుగాదు మాను దక్ష!”214

215-క.అని పరమేశుఁడు ప్రియమునఁ
దన గణనాయకులలోన దక్షుని నునిచెన్
ఘనుఁడు దయాళుఁడు శంభుఁడు
వనజాక్ష ప్రముఖ సురలు వారక పొగడన్.215

216-వ.మఱియు తదీయావసరంబున నారాయణ బ్రహ్మేంద్రాదిదేవ గణంబులు దండప్రణామంబు లాచరించి కరకమలంబులు ఫాలంబునఁ జేర్చి యిట్లని స్తుతియింపఁ దొడంగిరి.216

217-సీ.భుజగేంద్రభూషాయ! భూతాధినాథాయ!
నిత్యానురాగాయ! నిర్మలాయ!
గంగావతంసాయ! ఖండేందుజూటాయ!
దేవాది దేవాయ! దిక్పటాయ!
వేదాంతవేద్యాయ! వీరప్రతాపాయ!
కైవల్యనాథాయ! ఘనఘనాయ!
రణరంగవీరాయ! రమణీయరూపాయ!
భువనాభిరామాయ! పురహరాయ!

ఆ.ఓంనమశ్శివాయ! ఓంకారరూపాయ!

శంకరాయ! రిపుభయంకరాయ!

మదనసంహరాయ! మానితకైలాస

మందిరాయ! నీలకంధరాయ!217

218-క.జయజయగౌరీవల్లభ!

జయజయ కైలాసనాధ! జయ కరుణాబ్ధీ!

జయజయ త్రిజగన్మోహన!

జయజయ లోకైకమాత! జయ శర్వాణీ!"218

219-వ.అని మఱియు ననేకవిధంబుల నయ్యాదిదంపతుల స్తుతియింప నంత నప్పరమేశ్వరుండును వీరభద్రునిం జూచి కరుణావిశేషమానసుండై "భద్రకాళియును నీవు నిందు ర"మ్మని చేరం బిలిచి సమ్మదమున గాఢాలింగనంబు చేసి; తన యంకపీఠంబున నునిచి వినుతించె; వారల గౌరీ దేవియును కృపాకటాక్ష యై యుల్లంబున సంతసిల్లి వీక్షించె; నివ్విధంబున సతియునుఁ బతియును గారవించి యిరువురు నిట్లని యానతిచ్చిరి.219

220-క."లోకంబులు గల్పింపఁగ

లోకంబులు గావ నణఁప లోకైకనిధీ!

నీకును భారము మీఁదట

నాకాధిపవినుతచరణ! నాగేంద్రధరా!

శివుండు వీరభద్రునకుఁ బట్టంబు గట్టుట.220

221-వ.అని పలికి.221

222-మ."బలభిద్వహ్ని కుబేరభానుజహరి బ్రహ్మాదులం బిల్చి యీ
బలియుం డాఢ్యుఁడు వీరభద్రుఁ డఖిల బ్రహ్మాండ భేద్యుండు స
ల్లలితానందుఁడు ముజ్జగంబులకు నెల్లన్ దాన కర్తారుఁడై
వెలుఁగం దైవము మీఁకు నీతఁ డనియెన్ విశ్వేశుఁడత్యున్నతిన్."222

223-క.గిరిజాధీశ్వరు నానతి
పరఁగఁగఁ జేపట్టి భువనభరదక్షుకుఁ డై
కరుణన్ జగంబులన్ని యుఁ
బరిపాలన సేయు వీరభద్రుం డెలమిన్."223

224-వ.అనిన విని వీరభద్రవిజయ ప్రకారంబుఁ దెలియ విన్నవించిన వాయుదేవున
కమ్మహాముని లిట్లనిరి.224

225-క."వాయుపురాణాంభోనిధి
నాయక! శీతాంశుభంగి నానందకరం
బై యున్న నీప్రసంగము
ధీయుత నీచేత నేఁడు దెలిసితి మనఘా!225

226-క.శ్రీరమ్య మైన యీకథ
వారక వినువారు చదువువారును లిఖిత
ప్రారంభు లైన వారును

వారు గదా శంభు కొల్చువారు సమీరా!226

227-క.పంచాననచరితము ని

శ్చంచల భక్తిమెయి విన్నఁ జదివినఁ జాలున్

కించిన్మాత్రంబై నను

పంచమహాపాతకములు పాయు మహాత్మా!"227

228-వ.అని పలికి సఫలమనోరథు లై వాయుదేవుని స్తుతియించి" రని

యివ్విధంబున.228

229-క.నాకుం దోఁచిన విధమున

నీకథఁ గైకొంటిఁ గాక నీలగ్రీవా

నీ కథమహిమాతిశయము

వాక్రువ్వఁగ నిందువశమె వనజజువశమే.229

230-క.నాకలిగిన సేరుపులును

నాకలిగిన సేరములును నాగేంద్రధరా!

నీకు సమర్పణ సుమ్మీ

లోకేశ్వర! భక్తజనకలోకాధారా!230

231-మ.ఇల యెందాఁక; సురేంద్ర పర్వతవిభుం డెందాఁక; బృందారకా

వలి యెందాఁక; రవీందుమండలములున్ వారాసు లెందాఁక; ని

చ్చలు నానందకరంబు లై త్రిజగతిం సంధిల్లు నందాఁక; ని

ర్మల మై యీకథ సర్వలోకనుతమై మానిత్యమై యుండెడున్.231

అశ్వాశాంతము

232-లగ్రా.శంకర! హాలాహలభయంకర! పినాకధర!కింకర దిగీశ!

యకళంకతరమూర్తీ!పంకజభవాభినుత! పంకజభవాండభవ!సంకలితదైత్యకులసంకట!

సుధాపర్యంకనుతనాగకరకంకణవిరాజితకళంక!

గిరిజాకుచశుభాంకపరివిలసత్పంకితనితాంత పులకాంకిత యురస్థ్సలమృగాంకశతకోటినిభ!

పంకజదళాక్షా!232

233-క.త్రిపురాటవీ ధనంజయ!

త్రిపురాసుర ఘోరశైల దేవాధిపతీ!

త్రిపురాంబుధి బడబానల!

విపులదయాంభోధిచంద్ర! విశ్వస్తుత్యా!233

234-మాలిని.అఖిలభువనపాలా! హస్తకాంత త్రిశూలా!

శిఖినయనలలాటా! శీతధామార్ధజూటా!

నిఖిలనిగమసంగా! నిర్వికారాంతరంగా!

మఖసమయవిజృంభా! మంగళస్ఫూర్తిధామా!234

235-గ.ఇది శ్రీమన్మహామహేశ్వర యివటూరిసోమనారాధ్య దివ్యశ్రీ పాదపద్మారాధక

కేసనామాత్యపుత్త్ర పోతయనామధేయ ప్రణీతంబైన శ్రీవీరభద్రవిజయం బను మహాపురాణ

కథ యందు దక్షుయాగంబును, దధీచివివాదంబును, దేవతల పరాజయంబును,

వనజనయన వనజభవ ప్రముఖులు మహేశ్వరుని స్తుతించుటయు, వారల మహేశ్వరుండు
కరుణించుటయు నన్నది సర్వంబును జతుర్థాశ్వాసము.235

వీరభద్రవిజయము సంపూర్ణము

వీరభద్ర విజయము

బమ్మెర పోతన

Made in the USA
Monee, IL
22 August 2025

24014155R00138